NINI KIFANYIKE SASA?

Nini kifanyike sasa? Vidokezo Muhimu kwa ajili ya imani yako

© 2021 na Forge. Haki zote zimehifadhiwa.

Imepigwa chapa na Forge, 14485 East Evans Avenue,

Denver, Colorado 80014

ISBN 978-1-960455-05-5 (Ukurasa wa nyuma)

Maombi ya matumizi ya nukuu yeyote kutoka katika chapisho hili yatumwe:
Mchapishaji, Forge 14485 East Evans Avenue, Denver, Colorado 80014

Jalada Limesanifiwa na Lilly Vermilya.

Kitabu kimeandikwa na Wasemaji wa Forge na Watumishi.

Toleo la tatu.

Tutembelee kwenye tovuti: www.forgeforward.org

❀ Created with Vellum

UTANGULİZİ

JAMBO LA KWANZA.

Uamuzi wa kumwamini Yesu na kumfuata ni uamuzi wa ujasiri wa hali ya juu. Biblia hutueleza *"Kila atakayeliitia Jina la Bwana ataokoka,"* *(Warumi 10:12-15).*

Je ulishawahi kumwita Mungu? Je ulishakiri maovu yako yaliyomuumiza? (Dhambi zako) 'na kumkubali Yesu' Kifo chake msalabani kilikuwa msamaha kwa dhambi zako? Kama ndivyo, Mungu amekusamehe kabisa na kwa furaha amekufanya mtoto wake.

Tunatumaini dondoo na nyenzo zilizomo katika kitabu hiki zitakuongoza kila siku, haijalishi unajisikiaje, amua kuendelea kutembea na Yesu.

Maisha yako sasa ni tukio lililojaa furaha yenye mahusiano mazuri na baba yako wa mbinguni. Kwenye kitabu hiki kuna maoni ya jinsi ya kufanya imara uhusiano wako na Mungu. Dondoo hizi ni kama ramani katika safari yako imani.

HUWEZI KILA WAKATI KUJISIKIA UNAPENDA

Watu wengi huwa na hisia za hali ya juu baada ya kufanya uamuzi wa kuokoka. Lakini baada ya muda hisia huja na kuondoka. Upya wa uhusiano wako na Kristo utaanza kuchakaa.

> *"Kuwa Mkristo sio jambo jepesi. Kuna wakati lazima uupambanie Ukristo wako. Kwa sababu ya thamani yake! Na mwishowe, utakwenda kuwa wa muhimu zaidi kuliko kitu kingine chochote katika maisha yako."*
> - Mshiriki wa Forge

NINI KIFANYIKE SASA?

Je inamaana Mungu ameondoa msamaha wake wa dhambi zetu? Je ina maanisha Yesu Haendelei kutembea kwa ukaribu nasi tena? Je inamaanisha hatuendelei kuwa na uhusiano naye tena?

Hapana, Haimaanishi hivyo!

Dhambi zako zinaendelea kusamehewa. Bado una uhusiano kamili na Mungu. Na bado yuko pale pale pamoja na wewe... haijalishi jinsi unavyojisikia juu yake! Mungu hutuambia katika, Waebrania 13:5, *"Sitakupungukia kabisa wala sitakuacha kabisa"*

Kinachomaanisha ni kwamba usitegemee hisia zako. Kuna nyakati utamfurahia sana Mungu na kuna nyakati hutakuwa na furaha naye. Kuna nyakati utahisi yuko karibu na kuna nyakati utahisi yuko mbali kabisa.

Na hapa ndipo penye mpango mzima: Mungu anakupenda na anataka kutembea nawe katika kila hatua ya maisha yako ... pasipo kujali unavyojisikia au unapopita kwenye dhoruba.

> *"Katika nyakati ngumu, unaweza kwenda kwa Mungu na kuwa muwazi kwake. Anajua unachopitia hata kabla hujamweleza. Atakupatia nguvu ya kuvuka."*
> - Mshiriki wa Forge

Tatizo ni kwamba unaye adui wa kiroho—Jina lake ni shetani. Anataka wewe ufikiri kwamba Mungu hakupendi... au kwamba Mungu ni kama Kiatu kikubwa cha kupambana kilichoko juu ya anga kilicho tayari kukukanyaga wakati wowote unapofanya kitu kisichokuwa sawa. Shetani ni adui wa Mungu, na atajaribu kukukatisha tamaa kwenye uhusiano wako na Mungu.

Biblia inamwita Shetani *"Simba aungurumaye"* ambaye *"anamtafuta mtu wa kummeza" (1 Petro 5:8).* Shetani anataka kukumeza. Atakujaribu, kukufanyia hila, kukudanganya, kukukatisha tamaa, na kukufanya ujisikie usiye na thamani, uliyeshindwa kabisa. Na kama utamwacha akufanye ujisikie kukata tamaa Shetani atashinda. Nawe utashindwa. Lakini kama utapingana na uongo wake na kuwa karibu na Mungu, Shetani atashindwa. Nawe utakuwa mshindi.

MUDA WA KUWEKA IMANI YAKO KWENYE MATENDO

Msamaha uliopokea ni zawadi kutoka kwa Mungu. Huwezi kupokea msamaha kupitia chochote unachokifanya. Si kwa chochote! isipokuwa, imani yako itathibitishwa kwa matendo yako. Ni sehemu ya maisha yako katika Kristo.

Weka imani katika matendo kwa kubadilisha mwenendo na tabia zako. Kufanya uamuzi wa kumfuata Yesu humaanisha kufanya jambo kwa ajili yake. Kama unavyopanda juu ya vilele vya milima vya hisia na Mungu na kushuka katika mwendo mrefu wa mabonde ukiwa na Mungu, Yeye atakuongoza.

Sasa hivi, unaweza usielewe ni njia ipi uiendee. Dondoo katika kitabu hiki zitakusaidia ni njia ipi uiendee na kadri utakavyokuwa ukiiendea ndivyo ukaribu wa uhusiano wako na Mungu utakavyokuwa. Kitu kizuri cha kufanya sasa ni kuyapambania maisha yako kwa ujumla na kuanza kuishi kwa imani. Tunataka kukusaidia kuuwasha moto wa kiroho ambao Mungu ameuanzisha katika moyo wako.

Tunataka imani hiyo ikae vizuri na kukua. Kwa ujumla tunataka moto mdogo ulionao ugeuzwe na kuwa moto mkubwa!

Na tunataka umaanishe na kuwa na malengo ya maisha yako—Yaani Malengo ambayo Mungu peke yake anaweza kuyaweka katika maisha yako.

ANGALIZO

Orodha hii si orodha ya ukaguzi kwamba lazima uyafuate haya tu! Mtu hajawahi kuwa Mkristo mwema kwa sababu ya yale mambo anayoyafanya. Unaweza usifanye mambo yote haya, na pengine hata hujawahi kujaribu, Lakini upendo wa Mungu bado ni mkuu kwako!

Mungu anajali sana jinsi ulivyo katika moyo wako. Dondoo hizi zitakusaidia kuufanya moyo wako uendelee kuwa mweupe na imani yako kuwa imara.

Sura ya kwanza itakupa msingi imara. Baada ya kusoma utatamani kuingia ndani zaidi ili kupata nyenzo zaidi katika safari yako.

Ipitie kwa shauku kubwa na Jitihada. Naam ndivyo.

1

FANYA MABADİLİKO

TOA YA KALE, INGIZA MAPYA

Kama umeweka imani yako kwa Yesu, Umekiri dhambi zako kwake, na kukubali wito wake wa kuwa mfuasi wake, basi wewe ni mtu mpya. Mungu amefanya kazi mpya ya kiroho katika maisha yako. Kwa hakika Biblia inakuita *kiumbe kipya* (2 Wakorintho 5:17).

Kwa hiyo halitakuwa jambo la kushangaza kuwa unahitajika kufanya mabadiliko ya vitu vichache katika maisha yako. Unaweza usigundue, lakini maisha yako mbele za Yesu yana muundo. Ulizoea kutenda na kusema vitu kila siku vyenye muonekano wa maisha yako ya zamani. Kulikuwa na mahali ulikuwa unaenda na watu mliokuwa mnaendana nao. Vitu hivyo vyote vilitengeneza muundo wa maisha yako ya zamani.

Ni muda wa kutengeneza muundo wa maisha unaowakilisha kazi mpya Mungu aliyoifanya—na anayoendelea kuifanya—Kwenye maisha yako.

Ni muundo upi utakuwa wa tofauti sasa? Ulishawahi kuufikiria?

> *"Anza kubadilisha namna yako ya kuongea, Kuangalia, Kutenda na kuishi ili uweze kufanana na Yesu." - Mnenaji wa Forge*

Kama ulikuwa unaogopa kuhusu mabadiliko, Fikiria jinsi ile ile kama unavyopanda kwa mara ya kwanza kwenye mabembea ya burudani yanayokwenda kwa kasi yanayotumia umeme. Jinsi utakavyojisikia tumboni mara ya kwanza ni kama uoga fulani, lakini ndio furaha ya kuendeshwa na mabembea iliyoko mbele yako. Unaweza kujisikia kama huna uhakika na unazidiwa na hatua hii ya mabadiliko, lakini habari njema ni kuwa hakuna hata mmoja akiwemo Mungu mwenyewe, anayetegemea ubadilike kabisa mara moja.

Uko mwanzoni, chukua jambo moja kwa wakati mmoja. Kadri unavyoendelea, utahitaji zaidi kufanya kwa ajili ya Yesu kwa maneno na matendo yatakayokuonyesha kweli unafanana naye kwa kila mmoja anayekuzunguka.

HADITHI YANGU: NILIACHANA NA BAADHI YA MARAFIKI ZANGU

"Nilikulia katika familia ya Kikristo, lakini sikuwahi kuelewa nini Mungu alitaka nifanye na wala sikumfahamu Mungu Mwenyewe. Nikiwa katika darasa la 8 na 9 katika masomo yangu, maisha yangu yaliharibika. Nilianza kuongozana na watoto wabaya na kufanya mambo mabaya. Wakati huo dada zangu wote walikuwa katika safari ya kimisheni, niliamua nami kwenda katika safari hizi. Nilikwenda Botswana, Afrika, mahali penye utulivu. Palikuwa ni mahali ambapo ni tofauti kabisa na Marekani. Nilipofika nilianza kijifikiria upya na kuona tofauti katika maisha yangu kwa kuona jinsi gani nilivyokuwa nimependelewa. Kuona jinsi Mungu anavyofanya katika maisha ya watu wengine kulianza kunibadilisha pia. Niliporudi nyumbani, nilifanya mabadiliko, niliamua kuachana na marafiki zangu wengi, na sasa naona kila kitu kiko sawa."

— *MSHIRIKI WA FORGE*

KWA NINI UWE MWENYE NIDHAMU?

Nidhamu: Hili ni neno lisilovutia kusikia. Unaweza kufikiria wazazi waliokuzunguka na walimu wanaokupa uangalizi. Unaweza kufikiria kazi za nyumbani na madarasani, michezo au mazoezi.

Lakini pia unaweza kuliangalia Neno hili kwa mwelekeo tofauti: Mfuasi. Neno mfuasi halitumiki sana nje ya ukristo na inawezekana lisiwe na maana yeyote kwako. Lakini lina maana. Linakuelezea wewe.

Unaweza kuwa unajua Yesu alipokuwa duniani alikuwa na wanafunzi wake aliowaita "Mitume".Waliitwa hivi kwa kuwa walikuwa na Yesu kila siku, wakimjifunza, na kujifunza mafundisho yake. Ukiwa kama mfuasi wa Yesu wewe pia ni mwanafunzi wake. Ni mwanafunzi unayefanya kwa vitendo na nidhamu kwa kuwa na Yesu kila siku, na kujifunza yote unayoweza kumuhusu yeye.

"Fahari ya maisha ya kila Mkristo mpya ni kutenda yale yanayompendeza Mungu,'" (Waefeso5:10). - Mnenaji wa Forge

Maisha ya kiroho yenye nidhamu yanakuwezesha kuwa karibu kumfanania Yesu.

VIPI KUHUSIANA NA KUSHINDWA?

"Haijalishi uko wapi unapotembea, bado utajikwaa tu."
- Mshiriki wa Forge

Unajifikiria kama mwanafunzi bora? Kama hapana, ni sawa. Mungu anaangalia zaidi kile kinachokusukuma wewe kujifunza. Kujaribu kuangalia kuwa mkamilifu sio kipimo kizuri cha kukusukuma kujifunza. Linapokuja suala la Ukristo, kujifunza kumpendeza Yesu na kumpenda kwa undani zaidi ndio jambo la thamani kuwa nalo.

Katikati ya njia utakutana na kushindwa, hili ni jambo lisiloepukika. Hakuna anayependa kushindwa, lakini kama mwanadamu utakutana nalo. Unakumbuka ilivyokuwa wakati ukijifunza kupata maarifa ya

3

kucheza Mpira wa kikapu, gitaa, au kufanya mahesabu? Nini kilitokea wakati ukijifunza? Ulitatizika vyakutosha.

Hukufanya kila kitu kwa usahihi.

Nini cha muhimu zaidi kushinda usahihi? Uvumilivu. Kufanya Mazoezi. Kurudia na kurudia. Kujipa nafasi ya kuendelea kujaribu, na hata baada ya kushindwa. Hii ni sawa na maisha yako ya Ukristo.

"Wakati mwingine hujisikia kama niliyeshindwa. Sifikirii kuhusu ninachokifanya na mwishowe natenda dhambi za kutosha katika siku moja. Nafikiri oh Mungu wangu, hili jambo ni baya na siamini kama ni mimi niliyetenda.' Lakini namwomba Mungu kuhusiana nalo na najua Mungu atanisamehe." - Mshiriki wa Forge

HADITHI YANGU: NILIPOTEZA FURSA

"Katika kanisa moja nililokuwa nikihudumu kama Mchungaji wa Vijana, Palikuwa na kijana mmoja katika kundi la vijana aliyekuwa na karama ya uongozi. Alikuwa mwerevu, alimpenda Kristo kwa moyo wake wote, na wanafunzi walimpenda sana. Alipofikia mwaka wake wa mwisho nilikuwa na furaha na shauku ya kuona jinsi Mungu atakavyokwenda kumtumia katika huduma ya vijana. Katika Msimu wa vuli, alianza kuwa na mahusiano na binti waliyekuwa naye shule moja. Na kwa muda mfupi sana walianza kuwa na ukaribu usiokuwa wa kawaida. Binti alikuwa ni Mkristo na kwa ghafla sana huyu kijana alianza kutoonekana kanisani kama ilivyokuwa awali. Alichukuliwa moja kwa moja na huyu rafiki yake wa kike.

Kambi yetu ya msimu wa kiangazi lilikuwa ni tukio maarufu na lilitokea kuwakutanisha vijana wetu na hata huyu kijana. Usiku wa mwisho wa kambi yetu tulikuwa na wakati mzuri na Bwana. Wanafunzi walikuwa na mwitikio wa waziwazi juu ya yote ambayo Mungu

4

alikuwa ameyatenda katika mioyo yao. Nilimwona huyu kijana akija mbele kuongea nami. Machozi yakimtoka usoni mwake alinishika na kunikumbatia

Alipoamua kuongea aliniambia kwa kuniangalia machoni kuwa anasikitika haikuwezekana (Kumbuka alishindwa kuongoza na kuwepo katika kundi la vijana). Nilimwangalia na kumjibu "naam ulifanya"

Wakati wa huduma katika mwaka wake wa mwisho hakuweza kurudi, aliupoteza, lakini tulizungumza namna anavyoweza kuukomboa ule wakati sasa. Ilisikitisha kwamba aliwezaje kudanganyika tena katika mwaka wake wa mwisho. Uwezo wake alishindwa kuuwekea mipaka."

— MNENAJI WA FORGE

Fikiria, Yesu anaelewa maana ya kuwa mwanandamu. Alikuwepo hapa. Anaelewa kujifunza kunachukua nguvu ya ziada na inajumuisha na kushindwa. Anaelewa marafiki wanaweza kukupa msukumo na mwisho ukajisikia vibaya. Anaelewa unachopitia na jinsi ilivyo vigumu kusimama tena iwapo itatokea umeanguka..

Kama ungepata wasaa wa kuiangalia sura yaYesu ungeshangaa kuona furaha anayojisikia kwa ajili yako kwa kuamua kumfuata. Kuanguka njiani ukiwa naye kunaweza kutokea ila kibaya zaidi ni unapoamua kumkimbia na kumwacha au kuanguka kwako ikawa sababu ya kuumiza uhusiano wako na Mungu.

Mrudie Mungu, Kiri mapungufu yako, Omba msamaha na uongozi wake.

Anakusubiri.

DONDOO KWA HATUA ZA AWALI

Umeanza safari ya imani. Sasa nini kinafuata?

•**Kama unajihisi mpweke, kumbuka kwamba sasa wewe uko katika familia ya Mungu.** Watafute wakristo ili uweze kuwa nao. Tafuta

Kanisa lenye mafundisho ya Kibiblia na lenye kundi la Vijana. Angalia kama kuna huduma ya wanafunzi katika jamii yako kama Vijana kwa Yesu, Maisha ya Ujana, Jamii ya wanamichezo wa Kikristo, kituo cha shule ya Biblia kinachokutana mashuleni. Nenda kwa ujasiri. Utakaribishwa. Pia kumbuka Yesu alisema *"Nitakuwa pamoja nanyi siku zote"* (Mathayo 28:20). Muombe akupe marafiki Wakristo.

• **Badili ratiba yako.** Weka muda wa kusoma na kumwomba Mungu kila siku. Kama hili ni jambo jipya kwako, Soma sura zenye maombi na mistari ya kusimamia katika kitabu hiki. Weka nguvu zako katika kujiunganisha na Mungu.

• **Badili Mahali pako pa kukutania.** Mahali unapokutania panaweza kuwa mahali sahihi kwako kukutana na watu wa kukusaidia na kuilinda imani yako.

• **Weka mambo sawa.** Unataka kurudisha uhusiano uliovunjika, samehe, au omba msamaha? Hii inajumuisha na familia yako.

• **Tumika katika nyumba yako.** Yesu anahusika katika utumishi wako. Jitoe katika kufanya usafi, kuzoa takataka au kuosha vyombo. Safisha chumba chako. Utaonesha familia yako upendo wa Yesu, na utathibitisha kwa vitendo juu ya imani yako.

• **Usiwachukulie poa wazazi wako.** Sema "asante." Wanaposema hapana kwa jambo Fulani jitahidi kusema "sawa."

• **Badili mwonekano wa chumba chako kama unayebadili moyo wako Kwa ajili ya Kristo.** Fikiria na kiweke chumba chako kama mahali patakatifu unapokwenda kukutana na Mungu. Weka vitu vya kukukumbusha, Maneno ya Biblia na mistari ya Biblia kwenye kuta. Ondoa kila kitu chenye namna ya machukizo kwa Mungu.

• **Jiunge na Huduma kwa haraka.** Tafuta huduma inayoendana na jinsi ulivyo. Jitolee mahali. Tafuta namna ya kuwasaidia wengine. Anza kufikiri nini wengine wanahitaji.

• **Mjaze Mungu kwenye fahamu zako.** Soma vitabu vya Kikristo, Magazeti na kuhudhuria kwenye maombi. Hudhuria Matamasha ya kikristo. Pakua kwenye tovuti vipindi mbalimbali vya wasemaji wa Kikristo na sikiliza nyimbo za Kikristo..

• **Orodhesha vitu vinavyokurudisha nyuma Kiroho.** Mwombe Mungu akusaidie juu yake, na chukua hatua.

• **Fanya uamuzi wa marafiki gani wa kutembea nao na wale wa kuwaacha.** Unaweza kuwasaidia marafiki zako kumfuata Yesu, Lakini pia usipokuwa makini kuna wanaoweza kukurudisha nyuma. Mwombe Mungu akusaidie wapi wa kutembea nao. *"Marafiki wabaya huharibu tabia njema"* (1 Wakorintho 15:33).

• **Mwangalie Mungu.** Usiogope kuhusu nini wengine wanafanya. Sasa unakimbia mbio zako mwenyewe, na sio mbio ambazo wengine wote wanazikimbia na ambazo mwisho wake huwa ni mauti.

ANZA HAPA: FANYIA KAZI ULICHOJIFUNZA!

Amua: Chagua Dondoo mbili au tatu ulizojifunza na zifanyie kazi ndani ya wiki chache zijazo. Ziwekee alama katika kitabu chako. Ziandike na kuziweka mahali ambapo ni rahisi kuziona kila siku (kama kioo cha bafuni). Mweleze mwingine kuhusu mpango wako, na uwaambie wakupigie baada ya wiki mbili kuona jinsi unavyoendelea. Watumishi wa Forge watapenda kukuombea. Unaweza kuwaandikia barua pepe kuhusu uamuzi wako kwenda: *info@ForgeForward.org.*

Andika: Andika kwenye daftari Wapi unadhani uko imara katika imani yako mpya? Wapi unaona uko dhaifu? Maswali gani unayo kuhusu ukristo? Muulize Mchungaji wako wa vijana au mtu unayemfahamu na anayetembea na Mungu aweze kukupa majibu kwa maswali yako.

Jifunze: Angalia mistari hii unapoanza kujifunza:

- Mithali 3:21-26
- Warumi 12:2
- 1 Wakorintho 15:33
- Wagalatia 1:10
- Waefeso 4:22-24
- Waebrania 10:22-23
- 1 Petro 4:4-5

- 1 Yohana 2:15-17

Andika kwenye kitabu kile ulichojifunza kuhusu mistari hii.

Maombi: Ongea na Mungu kuhusu kile ulichojifunza katika Mistari hii. Omba maombi yako mwenyewe au jaribu ombi hili…

Ninakutana na mabadiliko wakati ninapojifunza kukufuata wewe. Natambua mabadiliko yanaweza kuwa magumu na ninakuhitaji wewe unisaidie, Naomba unisaidie. Ninaomba nguvu zako na mwongozo. Nikumbushe kukufuata wewe pale ninaposhindwa. Asante kwa kunikubali pasipo kuangalia chochote. Amen.

2

KUSOMA BİBLİA

MAISHA KWENYE NENO

"Jinsi gani kijana aisafishe njia yake? Kwa kutii, akilifuata neno lako. Kwa moyo wangu wote nimekutafuta, Usiniache nipotee mbali na maagizo yako. Moyoni mwangu nimeliweka neno lako. Nisije nikakutenda dhambi," (Psalm 119:9-11).

"Tafuta Biblia na anza kusoma injili zilizoko katika Agano Jipya. Zitakusaidia kufahamu ni nini Kristo alifanya kwa ajili yako, Maisha yake aliishije, na kwa vipi ni wa muhimu kwako." - Mshiriki wa Forge

NINI MUHIMU KUHUSU BIBLIA?

Kusoma Biblia ni jambo la msingi sana katika maisha ya Mkristo. Ni ramani katika njia yako.Ni chakula chako cha kiroho, na mwanga wa njia zako. Huwezi kupotea, mahitaji yako yapo kwenye Biblia.

Kama umeamua kumfuata na kumpenda Mungu, utapenda kusoma na kujifunza Biblia (pia hujulikana kama Neno la Mungu au maandiko matakatifu). Wakristo huamini kuwa Biblia ni maneno ya Mungu tuliyopewa sisi moja kwa moja. Ni maneno yanayoishi kimiujiza yanayo-endana na maisha yetu ya kila siku. Yatakufariji na kukusaidia.

KUNA BARUA YA UPENDO KUTOKA KWA MUNGU KUJA KWAKO

"Ninapokuwa sijasoma Biblia wala kuomba ninahisi kama nimepoteza kile ninachokitaka. Kuna nyakati nasahau kuwa mimi ni kipaumbele cha Mungu katika moyo wake." - Mshiriki wa Forge

HADITHI YANGU: BARUA YA UPENDO

"Wakati nilipokuwa chuoni nilikuwa nikicheza mpira wa miguu. Tulikuwa tukifanya mazoezi kwa bidii mara mbili kwa siku wakati wa mapumziko ya kipindi cha joto. Hatukuwa makini sana kwa habari ya muonekano wetu wa utanashati kwa sababu hapakuwa na mabinti wengi karibu yetu. Tulitoa harufu mbaya, zenye mchan-ganyiko na jasho na hali yetu haikuwa nzuri kwa hakika. Rafiki yangu wa kike ambaye kwa sasa ndiye mke wangu alikuwa akiniandikia barua za kimapenzi kila wiki. Marafiki zangu walijua siku ambazo ningepokea barua za mapenzi kutoka kwa Lisa. Katika siku hizo wangeweza kunikimbiza hata kunipiga hadi kwenye sanduku la barua na wangeweza kuchukua au kuiba barua na kuzisoma hata kabla sijazisoma ili tu kunifanya nijisikie vibaya.

Siku moja waliniletea barua, niliwanyang'anya miko-noni mwao na kuifungua barua mbele ya timu nzima ya mpira wa miguu na kuanza kuisoma neno kwa neno mbele yao. Nilikuwa mwenye furaha sana kusoma maneno ya mahaba kutoka kwa mpenzi wangu jinsi anavyojisikia, anavyoniwaza, anavyonithamini na kuniombea.

Biblia ni Barua ya mahaba ya Mungu kwako. Kama jinsi ilivyo barua ya mapenzi huwezi kuiweka kwenye makabati na kuisahau. Utatamani kila wakati kuisoma kwa sababu maneno yale ya kimapenzi umeandikiwa wewe."

Biblia huweka msingi wa imani yako. Inaongelea habari ya miaka maelfu iliyopita—Habari ya Mungu na pendo lake kwa kila mtu.

INAKUPA KUMJUA MUNGU

"Katika maandiko tunajifunza kupenda kile Mungu anapenda na kuchukia kile Mungu anachukia, jinsi Mungu alivyofanya kazi katika maisha ya wengine na anavyotaka kufanya kazi katika maisha yetu."
- Mnenaji wa Forge

Kusoma Biblia ni namna ya kumjua Mungu. Ni kwa namna gani nyingine utaelewa kuwa Mungu anakupenda na kukusamehe?

Utaelewaje kuhusu maana ya maisha?

Kwenye Biblia tunajifunza kuwa Mungu ndiye Muumbaji wetu na anayejua kila kitu kutuhusu. Unajifunza kuwa yeye ndiye nguvu yako (Zaburi 28:7), Mwokozi wako, (1 Yohana 4:14) na Rafiki yako (Yohana 15:15).

Kwenye Biblia unajifunza kuhusu uvumilivu wa Mungu anavyotusubiri kumgeukia japo hawezi kukusubiri milele. Unajifunza kuwa pasipo kumkiri na kuukubali msamaha wa Yesu baada ya kifo badala ya kwenda mbinguni utakwenda Kuzimu— sehemu yenye mateso na kutengwa na Mungu milele.

BIBLIA INA NGUVU

Biblia si tu ni kitabu kizuri. Bali pia ni silaha yenye nguvu kinyume cha mitego ya adui wa Mungu ambaye ni Shetani. Shetani hukujaribu, kukudanganya na kukupotosha. Hawezi kuuchukua wokovu wako lakini atajaribu kukuzuia na kukupa huzuni. Mungu ametupa neno lake kukabiliana na mashambulizi ya adui.

HADITHI YANGU: KUKUMBUKA MAANDIKO

Kabla ya Yesu kuanza huduma yake, alikwenda jangwani na kufunga siku 40. Mtu anaweza kuishi kwa maji peke yake kwa siku 45 hadi 46 pekee. Kwa hiyo Yesu alikuwa na njaa iliyokuwa karibu na kifo. Shetani alimjaribu ageuze jiwe kuwa mkate. Yesu alitumia maandiko kama silaha kwa kumwambia, "Mtu hataishi kwa mkate peke yake lakini kwa kila neno litokalo katika kinywa cha Mungu" (Mathayo 4:4).

Nilichojifunza ni kuwa Yesu alitumia maneno kutoka kwenye Biblia kupambana na Shetani, tunatakiwa kutumia maneno ya Mungu kupambana naye pia. Waebrania 4.12 inasema, 'kwa kuwa neno la Mungu li hai tena lina nguvu, tena lina ukali kuliko upanga uwao wote, ukatao kuwili, tena lachoma hata kuzigawa nafsi na roho na viungo na mafuta yaliyomo ndani yake tena li jepesi kuyatambua mawazo na makusudi ya moyo.' Kwa hiyo ni kama Mungu alitupa neno lake tulitumie kama bunduki aina ya mashine-gan ili kupambana na shetani!

Hii ndio sababu ni muhimu kukariri maandiko. Ninao marafiki zangu wachache wanaosikiliza mistari yangu niliyoikariri na katika kila neno ninalokosea huwalipa senti 25. Hii hunifanya niwe makini zaidi. Sihitaji kuwalipa chochote. Mfano wa Yesu jangwani unanikumbusha kuwa nahitaji neno la Mungu ili niishi kama jinsi ninavyohitaji chakula."

— *MNENAJI WA FORGE*

KUBADILISHWA KWA UKWELI

"Wala msiifuatishe namna ya dunia hii, bali mgeuzwe kwa kufanywa upya nia zenu," (Warumi 12:2).

"Kama Biblia inatoa onyo hili, Maisha yako pengine hayatoi."
- Mnenaji wa Forge

Ni kama gari ya zamani iliyorekebishwa na kuwa katika asili yake, Neno la Mungu lina nguvu ya kuyabadilisha maisha yako. Kama tunavyoona kwenye mistari hapo juu, Mungu anahitaji kubadilisha fikra zako— Kuondoa ya zamani na kuweka mapya yaani mema aliyo nayo kwa ajili yako.

Maandiko katika Biblia yanakufanya utoke katika uhasi uliathiriwa na mambo ya ulimwengu. Biblia hutoa kila aina ya imani ulizopata ulimwenguni— kuwa huna thamani au maisha ni ile hali ya kujisikia tu vizuri.

Wewe ni wa thamani kubwa mbele za Mungu. Anayo mengi mazuri kwa ajili yako kuliko maisha ya kujipambania mwenyewe.

Pasipo kusoma Biblia, ujumbe wa Mungu hutaupata na utakuwa mtupu kwa kuongozwa na uongo wa adui.

Unatakiwa kuchimba kwenye Biblia yako, na kadri unavyoichimba ndivyo utakavyoipata!

DONDOO ZA KUSOMA MAANDIKO

•**Fanya maamuzi ya muda wa kusoma Biblia yako na uwe mwaminifu katika muda huo.** Ufanye kama makubaliano uliyonayo ya kukutana na rafiki yako. Ndivyo ilivyo. Watu wengi hutumia muda wao wa kuamka kwa ajili ya kukutana na Mungu. Kama una changamoto ya asubuhi basi tenga muda wa usiku kabla ya kumaliza siku yako.

•**Tumia akili yako yote.** Fikiria jinsi unavyosoma. Fikiria kuhusu vitu vinavyoonekana na vilivyowafikia watu katika hadithi mbalimbali. Pata picha ya nini kingetokea kulingana na kila mstari.

•**Andika.** Kile Mungu anachokufundisha ni cha thamani kubwa na hazina hivyo ni muhimu kukiandika. Ni rahisi kusahau kile usichoandika. Weka iwe tabia yako mpya kwa kuwa na kitabu na kalamu kila unaposoma neno. Kama utahitaji msaada wa kuunganisha mawazo yako? usiache kununua daftari la maisha yako ya kiroho kutoka: *Forge-Forward.org.*

•**Jifunze kuhusu hadithi nzima ya Biblia** kutoka kwa wana wa Israeli katika agano la kale na maisha ya Yesu na wanafunzi wake walioitwa "kanisa" katika agano Jipya.

•**Anza kusoma Biblia yako kwa maombi.** Mfano wa maombi ya mafafanuzi ni kutoka Luka 24:45, *"Fungua fahamu zangu ili niweze kuyafahamu maandiko"*

•**Weka alama kwenye Biblia yako.** Si makumbusho ya kidini—bali nyenzo. Weka alama ya nyota mwisho wa mstari unaokuhusu. Weka alama ya kuuliza pale usipopaelewa na andika "M" kwenye mstari unaotamani kuukariri.

•**Nunua tafsiri rahisi kusoma.** Jaribu Bibla ya wanafunzi, *Today's New International Version,* au the *New Living Translation.* Kwa tafsiri rahisi, Chukua *Ujumbe.*

•**Nenda dukani.** Utakutana na vitabu vingine vizuri vinavyofafanua Biblia katika maduka ya kuuzia vitabu. Kwa kuanzia unaweza kuangalia kwenye *marejeo* mwisho wa kitabu hiki. Hadithi za Biblia huweza kueleweka kwa kila mmoja kwa usawa lakini maandiko huitaji kuchimba kwa undani zaidi.

•**Jadili ulichojifunza na Wakristo wenzako.** Kuongea na wengine kuhusu ulichojifunza husaidia kuelewa zaidi na kukumbuka lakini pia kunaweza kumsaidia mwingine.

•**Tembea na Biblia yako shuleni au kazini kwako.** Isome pale unapopata muda wa ziada.

• **Weka maswali yako yote unayokuwa nayo kuhusiana na Biblia.** Muulize Mchungaji au Mkristo wa muda mrefu na anaweza kukupatia majibu.

NJIA MBALIMBALI ZA KUSOMA BIBLIA:

• **Chagua kusoma kwa uchache kuliko kusoma yote.** Kama kuna mistari inayozungumza nawe wekeza kwenye hiyo michache na usiwe na haraka ya kutaka kusoma sura nzima hadi uimalize. Soma taratibu pata muda wa kuitafakari angalau mstari mmoja au miwili. Kumbuka lengo lako la kusoma Biblia ni kumjua Mungu na kubadilishwa naye na wala si kumaliza kitabu.

• **Jaribu kusoma Biblia yako moja kwa moja mara moja au mbili zaidi..** Hii itakusaidia kupata wazo kuu la kitabu. Pigia mstari lile linalokuwa mbele yako na soma kwa kutafakari katika mistari hiyo michache ndani ya wiki.

• **Soma kwa utaratibu.** Chagua mpango wako wa kusoma na uuzingatie. Utapata mwongozo wa jinsi ya kusoma mwishoni mwa kitabu hiki.

MWONGOZO ZAIDI:

• **Weka hazing.** Weka somo kama "Maombi," na litafute kwa kutumia njai utafutaji ya ki-mtandao kama (crosswalk.com or biblegateway.com) .

"Ninaandika somo mbele ya Biblia yangu na kuweka alama inayowakilisha kila somo. Kila ninapoona alama wakati ninasoma (kama Upendo wa Mungu,au Msamaha ninaweka alama ile ile mbele ya mstari husika. Hii inanisaidia kila mara ninaposoma inakuwa kama tukio Fulani la kusisimua kama la kutafuta hazina iliyofichwa."
- Mnenaji wa Forge

• **Weka jina lako mahali unapoona panafaa.** Kwa mfano, *"wewe, [Amy, Doug, Charlotte, Bill, nk.], kuwa imara katika neema iliyo katika Kristo Yesu"*

(2 Timotheo 2:1). Kwa kufanya hivyo, italiweka neno la Mungu liwe hai zaidi kwako.

KUKARIRI MISTARI:

•**Pigia mistari kila neno unalotaka kulikumbuka.** Kuhifadhi Mistari ya Biblia iliyojaa ukweli kwenye hazina yako ya ufahamu ni nguvu ya kupambana na vita na vikwazo vya maisha kila siku. Weka orodha ya mistari na ukumbuke angalau mmoja kila wiki. Utakumbuka 52 katika mwaka!

•**Tumia muda wako wa ziada kukumbuka mistari.** Wakati unapo-kuwa umepanga mstari au unamsubiri mtu jaribu kukumbuka mistari yako uliyokariri.

•**Tafuta rafiki mjifunze pamoja naye.** Fanya kama mchezo. Mtoze robo ya fedha kwa kila atakachokuwa amesahau.

•**Jadili mstari mpya uliokariri na watu wengine watatu.** Elezaneni kila mtu na mstari aliokariri na elezea kwa nini umeukariri. Baada ya kuongea mara tatu kuhusu mstari huo, utakuwa umeukariri vizuri kichwani.

•**Tunashauri mpangilio huu wakati unaposoma Agano Jipya kwa mara ya kwanza:**

Marko, Matendo, Yakobo, Waefeso, Luka, Wagalatia › Wakolosai › Yohana, 1 Timotheo, 2 Timotheo, Mathayo, Tito, Filemoni, 1 Yohana, 2 Yohana, 3 Yohana, 1 Petro, 2 Petro, Warumi, 1 Wathesalonike, 2 Wathe-salonike, Yuda, Waebrania, Wafilipi, 1 Wakorintho, 2 Wakorintho, Ufunuo

ANZA HAPA: TENDEA KAZI KILE ULICHOJIFUNZA!

Amua: Chagua dondoo mbili au tatu uzifanyie kazi katika wiki kadhaa zinazokuja. Ziwekee alama kwenye kitabu chako. Ziandike na kuziweka mahali ambapo unaweza kuziona kila siku (kama kwenye makabati ya jikoni au kwenye friji). Mweleze mtu mwingine mpango wako, na mweleze akupigie simu baada ya wiki mbili ajue unavyoendelea. Watu wa Forge watapenda kukuombea. Unaweza kuwasiliana nao kwa barua pepe: info@ForgeForward.org.

Andika: Soma sura moja kutoka kitabu cha Marko. Ni mstari gani utausimamia? Jambo lipi umejifunza na utalitumia kwa ajili ya maisha yako? Weka orodha ya maswali uliyonayo kuhusu kitabu cha Marko. Tafuta majibu yako kwenye wavuti au muulize Mchungaji au rafiki yako Mkristo.

Jifunze: Soma baadhi ya mistari kwenye Biblia:

- Zaburi 19:7-11
- Zaburi 119:9-11, 105
- Mithali 2:1-5
- Yeremia 15:16
- Mathayo 4:1-11
- Mathayo 7:24-27
- Waebrania 4:12

Andika Kuhusu kile ulichojifunza kwenye mistari hiyo.

Maombi: Ongea na Mungu kuhusu ulichojifunza. Omba maombi yako binafsi au omba kwa mwongozo ufuatao...

Baba, Nimejifunza mambo mengi kutoka katika Biblia na ninaona ninashangawa. Niongoze kila wakati ninaposoma maneno yako. Ongea nami kupitia haya ninayoyasoma. Natamani nijue jinsi unavyotaka niishi, na ninataka kukuona zaidi. Natamani kukujua zaidi. Nakupenda. Amen.

3
MAOMBI

KWA NINI TUNAOMBA?

"Naweza kuwa na mambo mengi, na wakati mwingine kuhusiana na mambo ya huduma. Nakuwa na mambo mengi wakati mwingine kwa ajili ya kumtumikia Mungu, na ninamsahau Mungu. Nasahau ya kuwa Mungu ndiye wa Muhimu kuliko vyote. Hakuna jambo laweza kuchukua muda wangu mwingi kama si la muhimu."
- Mshiriki wa Forge

Angalia tukio hili: Ukungu wa rangi ya Machungwa uko kwenye upeo wa macho. Ndege wanaanza kuimba. Wanafamilia wengine wa Yesu bado wamelala wakati amevaa viatu vyake na kuuendea mlango. Majani karibu na njia bado ni mabichi kwa ajili ya umande wakati Yesu anatembea kwenda mahali alipopapenda kukutana na Mungu. Anakaa kwenye mwamba aliouzoea na kuanza kuongea na Baba yake wa Mbinguni.

Mara nyingi kwenye Biblia, tumekuwa tunaambiwa Yesu alikuwa anakwenda peke yake kusali. Unaweza kujiuliza. "Nina haja gani ya kuomba wakati Mungu anaelewa kila kitu ninachokifikiri?" Kama huhitaji kuomba kwa nini mwana wa Mungu alihitaji kuomba?

Pengine Yesu hakuwa akimwongelesha chochote Mungu, bali kuisikia tu sauti ya Mungu.

Pengine Yesu alikuwa akituwekea mfano.

"Wakati nilipoanza kumfuata Yesu, nyakati nyingine nilikuwa niki-hangaika kujua namna gani ya kuongea na Mungu. Na kuna wakati nilikuwa najiuliza maswali magumu na ya ajabu kama "kweli ananisi-kiliza". Na Pengine naongea mambo yasiyofaa? Lakini kadri nilivyo-kuwa nikiendelea na safari yangu na Yesu, nilikuja kujua ya kuwa Yesu anachotaka ni mimi kuunganisha moyo wangu na wake. Na si tu kusikia kutoka kwangu lakini pia yeye kuongea nami. Maombi siyo tu kuongea maneno sahihi, lakini pia ni kumsihi Yesu na kukuza mahu-siano yangu na yeye." - Mshiriki wa Forge

Yakobo 4:8 inasema, *"Mkaribieni Mungu naye atawakaribia ninyi."* Kuwa karibu na Mungu ni njia pekee ya kumfahamu Mungu na nini anataka kwenye maisha yako.

Ukaribu na Mungu ndicho kitu unachotakiwa kukipigania na kuki-linda! Kama ukifanya utaona faida na thamani kubwa.

"Na huu ndio ujasiri tulio nao kwake, ya kuwa, tukiomba kitu sawa-sawa na mapenzi yake, atusikia. Na kama tukijua kuwa atusikia, tuombacho chote, twajua kwamba tunazo zile haja tulizomwomba," (1 Yohana 5:14-15).

"Maombi ni vita vya kiroho. Wakati nguvu mbili zinapokuwa vitani, mbinu ya kwanza ya kushambulia huwa ni mfumo wa mawasiliano ya mpinzani. Lengo la kwanza huwa ni kuweka wapiganaji walioko mstari wa mbele washindwe kupokea mawasiliano kutoka kwa kion-gozi wao. Hii huwafanya wapiganaji wachanganyikiwe. Hivi ndivyo shetani anavyotaka kufanya anapokupokonya maisha yako ya maom-bi." - Mnenaji wa Forge

MAOMBI NI HESHIMA

"Hujisikia vizuri kuomba kwa sababu unaelewa mara zote anasikiliza. Unaelewa hawezi kukusahau kamwe. Unaelewa maombi haya yatajibiwa kwa njia nzuri au yanaweza yasijibiwe katika namna ulipenda yajibiwe lakini yatakuwa sawa." - Mshiriki wa Forge

Bwana anawaamini wale wanaomheshimu na kumfanya kama anavyotakiwa kufanyiwa—Hiyo ni ahadi. Mungu ni Mkubwa, asielinganishwa, muumbaji, anakuamini wewe. Hiyo ni heshima!

Anakusubiri uende kwake na useme naye. Kawaida mtawala hutoa sheria na adhabu zinazoendana na uvunjifu wa sheria hizo, Lakini Mungu anakupa kadi ya mwaliko—Mwaliko wa kuaminiwa naye.

Anakuahidi kukujibu maombi yako. Anasema yeye ni Baba mzuri anayekupa zawadi nzuri wewe mtoto wake. Anasema unapomwita anaitika. Kumbuka jibu lake huwa ni "ndiyo," "Hapana," "siyo sasa" au "nina wazo zuri zaidi," Lakini jibu litakuwa zuri zaidi japokuwa katika mwonekano wa kawaida litaonekana kuwa baya.

 HADITHI YANGU: MAOMBI HALISI

"Miongoni mwa maombi bora ambayo niliwahi kuyasikia yalitoka kwa Binti wa kike katika mkutano ambaye alitaka kumpa Kristo maisha yake. Alisema "Itakuwa sawa kama nitaomba sasa?'

Nilimweleza ni sawa na akaanza kuomba kwa sauti ya juu, nilisikiliza na kukubaliana na maombi yake. Alisema "kwa sauti" "sikuwahi kuomba kwa sauti kabla."

'Nilimweleza ni maongezi tu, hakuna tofauti yeyote ya kuongea na mimi na kuongea na Mungu, huna haja ya kutumia maneno ya tofauti sana ndipo uonekane unaongea na Mungu. Unaweza kusema chochote kinachokuja katika ufahamu wako.'

Aliniangalia kwa mashaka kidogo na kuanza kuomba. Alisema 'Um, Mungu?' Akaniangalia na kuniuliza itakuwa sawa kama nitamwita kwa jina hilo?'

'Nikamweleza 'naam', hilo pia ni Jina lake, miongoni mwa majina yake.'

Akaendelea akininyooshea mkono, 'Mungu' mtu huyu yuko sahihi. Mie ni mzuri na mcheshi ninayepitiliza lakini naomba unisamehe. Macho yake yalianza kububujikwa na machozi. Naomba unisamehe. Um, utanisamehe japokuwa mimi ni mcheshi ninayepitiliza?'

Hapo nilianza kuona tabasamu katika uso wake na akasema, ' ah Asante. Nauhisi upendo wako, Nakuhitaji ndani yangu, na sielewi hii ina maana gani, Lakini nakuhitaji wewe ndani yangu. Asante Mungu! Tutaonana, kwaheri.'

"Hayo ndiyo yalikuwa maombi yake. Yalikuwa maombi mazuri ambayo sikuwahi kuyasikia, kwa kuwa yalikuwa halisi yaliyotoka ndani kabisa ya moyo wa huyu binti."

— *MNENAJI WA FORGE*

MAOMBI NI WEWE KUWA HALISI

"Wakati ninapomwomba Mungu, nataka kuumimina moyo wangu kwake. Lazima niwe muwazi na halisi mbele za Mungu. Hawezi kukuhukumu au kukuwekea alama. Yuko pale kukusikiliza na kukujibu." - Mshiriki wa Forge

Kumwomba Mungu si suala la kufuata utaratibu Fulani. Ni kuwa halisi na kusikiliza kile Mungu anataka kusema na wewe.

Kwenye maombi unaweza kumsifu Mungu kwa uzuri wake, Kukiri na kutubu dhambi zako, kumshukuru kwa yote anayokutendea, na kumwomba kwa yale yote unayotaka akutendee.

Unaweza kuomba kwa ajili ya watu unaowafahamu katika maisha yako. Hakuna mwingine anayefahamu mahitaji ya watu wako, marafiki na familia kama wewe unavyowafahamu. Kuwa na mzigo unapowaombea.

Kuna watu wanaokuzunguka ambao pengine hakuna yeyote anayeweza kuwaombea. Chukua muda na kumwomba Mungu aingilie kati maisha ya mtu leo.

Kuna nyakati kwenye maisha ambapo unakuwa umezidiwa kabisa, unaona mabaya tu na unaona hakuna namna yeyote unaweza kufanya ili kutoka katika hali hiyo. Sio kweli.

Maombi hufichua yasiyowezekana—Itia nguvu ya Mungu.

Kwa nini usikimbilie kwa baba yako wa mbinguni akupatie msaada?

HADITHI YANGU: BABA ALINIOKOA

"Wakati nikiwa Ohio, mahali nilipokulia, kaka zangu na mimi tulikuwa tukicheza mchezo wa mpira wa kupiga teke mwisho kabisa wa mtaa wetu. Mpira ulipigwa na kwenda barabarani mbele ya gari iliyokuwa imebeba watoto wa shule ya sekondari. Walipiga kelele wakiomba gari lisimamishwe.

Kaka yangu mkubwa aliyekuwa shule ya msingi, alikwenda barabarani kuchukua mpira. Vijana hawa wenye hasira wa sekondari walitoka ndani ya gari, na mmoja wao aliuchukua mpira na kuuweka kwapani. Kaka yangu aliwaomba mpira na wakamwambia njoo uchukue mpira mtoto mdogo. Kaka yangu alijaribu kuwapokonya mpira.

Ghafla, nilimwona kijana mmoja akakunja ngumi na kumpiga kaka yangu katika uso, hii ikaleta rabsha katika mtaa mzima. Wale vijana wa sekondari walianza kuwapiga na vijana wa shule ya msingi kwa mawe. Lilikuwa tukio baya na sikujua nini cha kufanya.

Wazo likanijia ghafla, Nilianza kukimbia nikielekea nyumbani kwetu. Nilipiga mlango nikiita Baba! Baba! Kuna vijana wakubwa wanawapiga Tom na Joe.'

Baba yangu ni mtu mkubwa mwenye urefu wa inchi 6'4", na mfanya mazoezi. Sitasahau picha ya tukio hilo kwa kumwona jinsi baba yangu alivyokimbia kwa haraka ndani ya nyumba na jinsi alivyopita kwa kasi mlangoni huku bawabu za mlango zikimchelewesha, aliruka ua na kukimbilia mtaani kwa haraka kwa kadri alivyoweza. Nilimfuata nyuma yake.

Nilipokaribia nilimwona akimkamata kijana aliyekuwa amemlalia kaka yangu Tom, alimrusha juu hewani kama majani yanavyopeperushwa na upepo. Wale vijana wengine walipomwona baba yangu walikimbilia kwenye gari yao. Wakaondosha gari kwa mwendo wa kasi wakimpigia kelele baba yangu. Nilipofika pale nilimwona akimwangalia kila mtu kuhakikisha kuwa yuko salama.

Ghafla kwangu nilimwona baba yangu akiwa mkubwa kama mlima. Na kwa muda huo akawa shujaa wetu. Nilijivunia kuwa na baba— Nilimsifia baba yangu kwa kila mmoja aliyekuwa anapumua."

— *MNENAJI WA FORGE*

DONDOO ZA MAOMBI

ANDAA MOYO WAKO:

•**Mungu ni Mtakatifu.** Si jambo dogo kusimama mbele za Mungu. Mungu ni mtakatifu na hakuna kama yeye. Huyu Mungu ndiye anayetaka uhusiano wa karibu na wewe.

•**Amini Mungu anaweza kufanya kila kitu.** Kama unajihisi kama usiyeamini ndani ya moyo wako, Omba maombi ya mtu huyu katika Marko 9:24, *"Ninaamini: Nisaidie katika kutokuamini kwangu!"*

•**Mwombe Mungu akusamehe dhambi ambazo haujazikiri.** Zaburi 66:18-20 inasema, *"Kama ningaliwaza maovu moyoni mwangu, Bwana asingesikia. Hakika Mungu amesikia, Ameisikiliza sauti ya maombi yangu. Na ahimidiwe Mungu asiyeyakataa maombi yangu, wala kuniondolea fadhili zake."*

•**Jiulize kama unataka kumsamehe yeyote.** Marko 11:25 inasema, *"Nanyi kila msimamapo na kusali, sameheni, mkiwa na neno juu ya mtu, ili na Baba yenu wa Mbinguni awasamehe ninyi makosa yenu"*

•**Msifu na kumshukuru Bwana kwa sifa zake za ajabu.** Jaribu kuomba kupitia Zaburi 145. Mfano mzuri wa sifa za ajabu za Mungu.

•**Fikiria kuhusu mahitaji yako.** Unadhani yanaendana na yale ambayo Mungu anataka.

KUWA HALISI:

•**Kumbuka Mungu yuko hapo pamoja na wewe,** Hayuko maili 1,000. Katika kitabu cha Mathayo Yesu anasema, *"Hakika niko pamoja nanyi, hata ukamilifu wa dahari,"* (Mathayo 28:20b).

•**Ongea na Yesu kama rafiki yako,** Kwa maneno ya kawaida ya kila siku, na kwa mawazo na hisia zako za kawaida. Ni vizuri kutulia na kufikiri unachotakiwa kusema baadaye.

•**Ombea mambo halisi.** Katika maisha yako na katika maisha ya wengine.

MUDA NA MAHALI:

•**Tengeneza mahali pa kukutania na Mungu.** Mahali ambapo utak-wenda kila siku na ukiwa peke yako. Weka maandiko, mahitaji ya maombi, Picha za watu unaowaombea, kuwa na kalamu, daftari na Biblia.

•**Fikiria kuhusu Mkao wako.** Jaribu kutembea na kuomba. Jaribu kupiga magoti kama ishara ya kujitoa kwa Mungu. Jaribu kulala kifudifudi kumhakikishia ya kuwa umekata tamaa na suala hilo. Inua mikono yako juu kuonyesha uwazi wako katika mapenzi ya Mungu.

•**"Omba bila kukoma,"** (1 Wathesalonike 5:17, KJV). Msifu Mungu unapokuwa unaendesha. Sema asante kwa vitu vidogo unavyoona . Omba kimya kimya kwa watu unaokuwa nao.

MAARIFA ZAIDI:

•**Kuwa mbunifu.** Kwa njia zipi unaweza kuwasiliana na Mungu kwa upekee? Jaribu kuandika, kuchora, kuimba, kucheza, au kwa jinsi yeyote ile kupitia vipawa vyako na moyo wako wa ki-pekee

•**Anza na Daftari lako la maombi.** Kuwa na orodha ya kukusaidia. Kuwa na makundi mbalimbali kama marafiki, familia, shule, kazini, Kanisani nk. Weka mahali kwa kila sehemu kwa wiki, na weka eneo moja kwa kila siku. Kama utahitaji msaada wa namna ya kutengeneza daftari la maombi nenda www.ForgeForward.org na nunua daftari la mwongozo wa maombi ya kiroho.

•**Tengeneza timu ya marafiki.** Waorodheshe marafiki wasiomjua Yesu. Waombee wote kwa pamoja. Mwombe Mungu akupe Jinsi ya kuwashirikisha imani yako marafiki zako waliopotea..

•**Weka orodha ya mawazo yanayokuvuruga.** Ainisha mawazo yanayokuvuruga unapokuwa kwenye maombi. (Nimesahau kufanya kazi ya nyumbani, Nahitaji kumpigia mtu Fulani, mafuta yangu yameisha) Yaweke kwenye orodha na yaombee.

•**Andika maombi yaliyojibiwa.** Andika tarehe na jinsi maombi yako yalivyojibiwa. Njia hii itaongeza imani na uaminifu wako wa kuomba. Utajua namna Mungu anavyojibu na hii itakupa morali ya kuona anatenda zaidi na zaidi.

•**Omba kimnyambulisho.** Mweleze Mungu kile unachohitaji au kutaka. Utaona jinsi atakavyokifanyia kazi kwa uwazi zaidi.

•**Omba kwa kutumia Maandiko.** Kwa mfano, Kama unahitaji kuomba kwa ajili ya rafiki yako mwenye mahitaji unaweza kuomba kwa kutumia Zaburi 145:16, *"Waufumbua mkono wako, wakishibisha kila kilicho hai matakwa yake."*

•**Weka vitu vya kukumbusha kuhusu maombi nyakati za mchana.** Omba unaposikia mlio ulioutegesha kukumbusha muda wa maombi kama kengele ya shuleni. Weka alama kwenye simu yako na omba unapoiona alama hiyo. Weka alama kwenye daftari lako la mazoezi kwenye viatu na hata kofia.

•**Fanya maombi ya kutembea ukiwa na marafiki.** Tembea kuzunguka shule yako, jamii yako na watu wanaoishi na kufanya kazi hapo.

•**Fanya ushirika Mtakatifu mwenyewe.** Pata mkate na juisi na soma kuhusu chakula cha bwana cha mwisho na wanafunzi wake katika Mathayo 26:17-30 (27-29). Tafakari jinsi Yesu alifanya kwa ajili yako pale msalabani wakati unachukua kula mkate na kunywa juisi. Kufanya hivi kutakujengea hamu ya kushiriki meza ya Bwana kanisani kwenu.

•**Sikiliza.** Mungu anahitaji kuzungumza na wewe. Hakikisha unatenga muda wa kusikiliza kile anachosema nawe. Kadri Roho Mtakatifu anavyokuonyesha vitu fuatilia na kuwa mtiifu kwa yale anayokuagiza. Katika maamuzi makubwa unayoweza kujisikia kutokuwa na uhakika Pata ushauri wa Mkristo mwingine unayemwamini.

•**Tengeneza kitabu cha picha ya Maombi.** Weka picha ya umpendaye katika kila ukurasa na umwombee mtu mmoja katika siku moja.

•**Tengenezza orodha ya watu unaotaka waje kwa Yesu."** Chagua watu kumi katika maisha yako unaotamani kuwaona wakija kwa Kristo. Waombee na Mwombe Mungu akupe wasaa wa kuongea nao kuhusu uhusiano wako na Yesu."

•**Soma maombi ambayo wengine walishaomba.** Nunua kitabu cha maombi kama *The Rhythm of Prayer* Kilichoandikwa na Mark Moore. Soma kuhusu vitabu vya tenzi na vitabu vyenye vibwagizo vyenye kusisimua vinavyomtukuza Mungu.

ANZA HAPA: FANYIA KAZI ULICHOJIFUNZA!

Amua: Chagua dondoo mbili au tatu za kufanyia kazi katika wiki zijazo. Ziwekee alama katika kitabu chako. Ziandike na kuziweka mahali ambapo utaziona kwa wepesi kila siku kama (kwenye kabati au dawati lako shuleni au kazini). Mweleze rafiki yako kuhusu mpango wako na mwambie akupigie simu baada ya wiki mbili kujua namna unavyoendelea.

Andika: Unafikiria nini kuhusu maombi? Nini kipya ulichokipata katika sura kuhusu maombi? Nini umeongeza katika taratibu zako za maombi? Andika hisia tano ambazo Mungu atakuwa nazo iwapo utakuwa unaongea naye kila wakati.

Jifunze: Soma mistari hii ya maombi:

- Mathayo 5:44
- Mathayo 18:19-20
- Luka 11:11-13
- Yohana 14:14
- Wafilipi 4:6-7
- 1Wathesalonike 5:16-18
- Waebrania 4:16
- 1 Petro 3:12

Andika ulichojifunza kutoka katika mistari hii.

Maombi: Ongea na Mungu kuhusu maamuzi yako mapya kuhusiana na Maombi. Tumia maombi haya au omba mwenyewe…

Yesu, Naona kuwa unataka kuwa karibu nami na kuongea nami kila wakati. Nahitaji hivyo pia. Nisaidie kuwa na nidhamu na furaha wakati ninapoongea nawe. Nisaidie kuitambua sauti yako. Nikumbushe kuwa uko nami siku zote, Nisaidie kuamini kuwa unaweza kufanya chochote na nisaidie kuwa mvumilivu wakati majibu yako yanapokuja taratibu au kwa namna yeyote ambayo sikuitegemea au siielewi. Asante kunisikiliza. Amen.

4

KUMWABUDU MUNGU

MOYO WA KUABUDU

"Kuabudu huonyesha jinsi unavyomfurahia Mungu."
- Mnenaji wa Forge

"Imekuwa ikinishangaza kuona kuwa watu wote kutoka mazingira
tofauti-tofauti wanamwabudu Mungu mmoja. Kumwabudu Mungu
na watu tofauti huonyesha uweza tofauti wa Mungu ambao sikuwahi
kuuona kabla." - Mshiriki wa Forge

KUABUDU HUMAANISHA KUMSIFU MUNGU

Kuambiwa kuwa wewe ni nadhifu, mchangamfu, uvumilivu au rafiki
hufanya kujisikia vizuri, bila shaka ni kweli. Kusifiwa ni kitu ambacho
kila mwanadamu hutamani.

Tunajisikia kuhitajika, kutakiwa na kupendwa.

Hivi ndivyo tunavyotakiwa kufikiri tunapowaza kumwabudu Mungu.
Kumwabudu Mungu ni kuwasiliana naye kama kwenye maombi,
japokuwa maombi yanajikita zaidi katika kumwangalia Mungu na
jinsi alivyo wa muhimu katika maisha yako.

Mungu haitaji sifa zetu, bali anafurahia.

Kuabudu si tu kuimba kanisani. Inaweza kutokea muda wowote mawazo yako yanapofikiria mambo makuu unayoyapenda kuhusu Mungu.

"Kuabudu ni pale akili zetu zinapouangalia ukuu wa Mungu."
- Mnenaji wa Forge

KUABUDU HUKUKUMBUSHA WEWE KUWA MUNGU NI NANI

Ni rahisi sana kusahau Mungu ni nani. Yeye ni mkuu sana—*"ameyashika maji katika kiganja cha mkono wake na ananyenyekea kutazama mbingu na nchi,"* (Zaburi 113:6). Anakufahamu—Anajua hesabu ya nywele katika kichwa chako (Mathayo 10:30). Yeye ni muumbaji na mkuu wa kila kitu—*"Anajua hesabu ya nyota na anaziita kila moja kwa jina lake"* (Zaburi 147:4). *"kila mnyama wa mwituni"* ni wake (Zaburi 50:10).

Maisha ya kila siku hujirudia kwa jinsi inavyoweza kufifisha ukuu wa Mungu kwenye uhalisia wa Mwanadamu. Kuabudu ni hitaji la mwanadamu. Mungu hahitaji kuabudiwa lakini sisi wanadamu kuabudu ni hitaji letu kwa Mungu. Angalia *Zaburi 150 mstari wa 6, 'Kila mwenye pumzi na amsifu Bwana.'*

"Njia pekee ya kukufanya usimsifu Mungu ni pale unapokosa pumzi."
- Mnenaji wa Forge

Waebrania 12:28 Inatutahadhalisha kumwabudu Mungu katika Hofu. Hii ina maana gani? Ulishawahi kumwona mtoto wa miaka mitatu hadi minne anapoona kitu kwa mara ya kwanza? Hata kama ni kitu kidogo cha kufurahisha na kushangaza. Watashangilia kwa nguvu zote. Hivi ndivyo tunatakiwa kumshangilia Mungu.

Kumwabudu Mungu humaanisha tunaweka mambo yetu kando na kumwangalia yeye peke yake. Tunamuhitaji Mungu katika maisha yetu. Ni sawa na kwenda kwa mfalme kuomba rehema. Na yeye kukupa rehema uliyohitaji.

Kuabudu ni kumshangilia Mungu anayeyatunza maisha yako

"Ninapomwabudu Mungu nahisi Mungu akiwa nami."
- Mshiriki wa Forge

KUABUDU NI NJIA YA KUMWONYESHA MUNGU JINSI UNAVYOMPENDA

Tamanio la Mungu kwetu ni kuona tunamgeukia. Anachohitaji kuliko vitu vingine vyote ni uhusiano wa upendo na wewe. Katika kumwabudu unaonyesha shauku na tamanio la kumpenda.

Utapenda kuwa na muda wa kutosha na wale uwapendao? Je huwezi kusikia furaha unapokuwa na wale unaowapenda? Hivyo ndivyo ilivyo kwa Mungu.

"Kwangu kumwabudu Mungu ni kuuacha ulimwengu na kuambatana na Mungu." - Mshiriki wa Forge

KUABUDU NI NJIA YA MAISHA

"Kuabudu si tu muda wa ibada kanisani, bali ni njia ya maisha unayoyaishi. Ni namna unavyojifunza, muingiliano na marafiki zako, mitoko, Unavyofanya kazi zako za nyumbani, unavyoshiriki michezo mbalimbali, na hizi zote huweza kuwa tukio la kuabudu kama wakati huo huo utakuwa ukimsifu Mungu." - Msemaji wa Forge

Kila kitu sio kuabudu. Kuvaa soksi zako hakuwezi kuwa kuabudu, lakini unaweza kuwa unaabudu wakati ukivaa soksi. Kuabudu ni jinsi unavyowasilisha tamanio lako na Mungu, ambalo linaweza kijidhihirisha katika muonekano wako wa mwili. Katika Biblia watu waliomwabudu Mungu walikuwa wakipiga magoti, kulala chini kifudifudi, mbele za Mungu.

Unaweza kumwabudu Mungu pasipo kupiga magoti lakini unalotakiwa kujua ni kwamba roho yako lazima imwelekee Mungu.

Mungu haitaji kusikia maneno matupu. Anataka kusikia hisia za ndani kabisa ulizo nazo juu yake. Anataka umwabudu yeye kwa jinsi alivyo. Anatambua ya kuwa kuabudu Zaidi ya yote ni Baraka kwetu.

"Basi, ndugu zangu, nawasihi, kwa huruma zake Mungu, itoeni miili yenu iwe dhabihu iliyo hai, takatifu, ya kumpendeza Mungu—Ndiyo ibada yenu yenye maana" (Warumi 12:1, TNIV).

DONDOO ZA KUMWABUDU MUNGU

•**Ikimbie dunia.** Yesu anakualika *"Njoni ninyi peke yenu kwa faragha mkapumzike kidogo,"* (Marko 6:31a).

•**Jaribu kupiga magoti au kulala kifudifudi unapokuwa kwenye maombi.** Angalia baadhi ya mistari katika Biblia uone jinsi watu wengine walivyomwadhimisha Mungu kwa njia hizi.

- Ezra 10:1
- Nehemia 8:6
- Ayubu 1:20
- Mathayo 2:11
- Mathayo 8:2
- Marko 1:40

•**Kumbuka mistari inayohusu kuabudu.** Anza na Zaburi 95:6, *"Njoni, tuabudu, tusujudu,tupige magoti mbele za Bwana aliyetuumba."* Mistari mingine ya kukariri: Warumi 12:1, Waebrania 12:28, Yohana 4:23.

•**Ingia kwa malengo nyakati zako za Kuabudu.**Vuta pumzi. Sema sala ya Bwana, au kifungu chochote ulichokariri. Mwambie Mungu ajifunue kwako mzima- mzima.

•**Jifunze majina tofauti ya Mungu.** Unapoyafahamu majina tofauti-tofauti ya Mungu yanakusaidia wewe kumjua yeye vema. Mifano ya majina ya Mungu ni kama:

- Mungu chanzo cha vyote: Kumbukumbu la Torati 33:27

- Mungu wa haki: Isaya 30:18
- Mungu wa Msamaha: Nehemia 9:17
- Mungu wa karibu: Yeremia 23:23
- Mungu wa wokovu wangu: Zaburi 18:47, 25:5 *(www. allaboutgod.com)*

•**Kuwa peke yako.** Unapokuwa peke yako unakuwa huru na Mungu. Imba kwa sauti kama hauko na watu wengine. Jielezee. Cheza. Unakuwa kama mtu mjinga aliyeko kwenye mahaba na ampendaye. Hakuna mwingine atajua isipokuwa Mungu. Atapenda kuona jinsi ulivyopagawa juu yake.

•**Kaa kimya.** Zingatia ushauri wa nabii Sefania, *"Kaa kimya mbele za Bwana,"* (Sefania 1:7). Mwache Mungu akusemeshe yeye ni nani.

•**Kuwa Mbunifu katika kuabudu.** Chora, paka rangi, imba mashairi, au mwandikie barua Mungu mweleze jinsi gani unavyompenda na kwa namna gani ni wa muhimu kwako.

•**Weka jiwe dogo.** Hili litakuwa likikukumbusha kuwa iwapo utanyamaza kimya *"mawe yatapiga kelele"* (Luka 19:40). Usipitwe na mawe katika kumsifu Mungu!

•**Ingia katika uumbaji.** **Angalia uumbaji** (Machweo ya jua Yanakukumbusha juu ya uzuri wake, Upepo unakukumbusha Roho wake, Nyota zinakukumbusha anatufahamu kila mtu kwa jina lake nk.).

•**Tengeneza kadi zilizoandikwa "7X".** *"Mara saba kwa siku nitakutukuza,"* (Zaburi 119:164a). Zitandaze kila upande. Kila unapokutana na moja simama na mtukuze Mungu.

•**Sikiliza Nyimbo za kuabudu.** Kuna nyimbo nyingi nzuri za kuabudu katika staili tofauti- tofauti. Zisikilize kila mara unapomkumbuka Mungu.

UNAPOABUDU KANISANI:

• **Maanisha.** Wakati ufahamu wako unapohamishwa, urejeshe kwa haraka kwa kuangalia matendo makuu ya Mungu juu ya maisha yako na utarejeshwa mara.

• **Angalia unapostahili.** Kama ibada haiko katika rika lako unaweza bado ukaangalia mambo mazuri yaliyomo ndani yako. Sikiliza wimbo mmoja wenye maana kwako na utafakari. Sikiliza kwa makini mahubiri na jaribu kuchukua walau jambo moja la kukusaidia. Kaa mbele kwa sababu unampenda Mungu na usiache chochote kikupite kinachozungumzwa kumuhusu Yeye.

• **Omba maombi yako.** Kadri watu wanavyoomba katika ibada, sikiliza maombi kwa namna Mungu anavyoweka mambo ndani ya moyo wako, ombea hayo mambo aliyayaweka ndani ya moyo wako.

• **Wahi mapema** Kanisani na anza kujiungamanisha na Mungu. Itamgusa kwa kuiona roho yako iko tayari kukutana naye.

ANZA HAPA : FANYIA KAZI ULICHOJIFUNZA!

Amua: Chagua dondoo mbili au tatu ili uzifanyie kazi katika wiki kadhaa mbele yako. Ziwekee alama katika kitabu chako. Ziandike na kuziweka mahali unapoweza kuziona kila siku (kama kwenye sehemu ya mbele ya gari yako). Mshirikishe mwingine kuhusu mpango wako, mwambie akupigie simu baada ya wiki mbili kujua unavyoendelea.

Andika: Kuabudu kuna maanisha nini kwako? Utawezaje kuabudu zaidi katika maisha yako? Itawezaje kukusaidia? Mwabudu sasa kwa kuandika mambo yote unayoyapenda kumuhusu yeye.

Jifunze: Soma mistari hii kuhusu kuabudu:

- Nehemia 8:5-6
- Zaburi 95:6
- Zaburi 119:164
- Zaburi 150
- Luka 19:40
- Yohana 4:23-24
- Warumi 12:1

- Waebrania 12:28

Andika kile ulichojifunza kuhusu mistari hiyo.

Maombi: Ombea kuhusu maamuzi yako kuhusu kuabudu. Tumia maombi haya au omba maombi yako binafsi …

Baba, Ni rahisi sana kukusifu kwa sababu wewe ni wa ajabu, Asante kwa kunionyesha wewe ni nani ili niweze kukuabudu. Natamani kuji-funza namna ya kukuabudu kwa maneno na maisha yangu. Nifun-dishe jinsi ya kukuabudu katika namna itakayokupendeza wewe. Amen.

5
USHİRİKA NA MARAFİKİ ZAKO WA KİKRİSTO

CHUMA HUCHONGA CHUMA

"Niko pamoja nawe moyo wangu ni kama moyo wako"
(1 Samweli 14:7b)

HADITHI YANGU: NATAMANI NINGEFANYA HIVI MARA YA KWANZA

"Majira ya joto kabla ya mwaka wa pili wa shule ya kati (high School), nilikwenda kwenye kambi ya vijana ambapo nilifanya maamuzi ya muhimu ya kiroho. Maamuzi ambayo ninafikiri yalikuwa halisi na ya ndani sana na sikudhani kama naweza rudi nyuma kinyume na maamuzi yangu. Nilikuwa mjinga. Baada ya kambi walituambia twende tukatafute marafiki ambao watatutia moyo katika imani yetu, lakini sikufanya hivyo.

Baada ya kambi nilikwenda moja kwa moja kwenye mazoezi ya mpira wa miguu. Nilifikiri pengine ningekwenda kwenye mazingira yangu ya zamani ningeendelea kuwa imara lakini kumbe mazingira katika mpira wa miguu hayakunipa nafasi ya kumwonyesha Kristo niliyekuwa naye.

Siku za mwanzo ilikuwa vizuri, na katika wiki za chache zilizofuata ilikuwa sawa, lakini ndani ya siku thelethini nilikuwa nimerudi nyuma kabisa kwa kuyarudia matendo niliyokuwa nayatenda nyuma. Nilikuwa katika staili ya maisha niliyokuwa nayo hapo kabla ambayo haikuwa nzuri kabisa. Nilijisikia vibaya kujitoa kwa Mungu (kuokoka) na kuanguka— Hii ilinifanya niwe mbali na Mungu kwa mwaka mzima.

Majira ya joto yaliyofuata nilikwenda tena kwenye kambi ya vijana. Katika muda wa kufanya maamuzi Mshauri wangu aliniona nikilia. Alinisogelea na kuni-uliza kwa nini ninalia sana. Nilimjibu siwezi kwenda madhabahuni na kufanya maamuzi ya kuokoka tena kwa sababu majira ya joto yaliyopita nilifanya maamuzi hayo na nikamwangusha Mungu. Siwezi kuokoka tena na kurudi nyuma."

Alinisaidia na kunielewesha kuwa ni muhimu niendelee kupanda farasi. Akaniambia kuna sababu iliyonisaba-bisha kurudi nyuma—Nilienda kwenye mazingira yale-yale lakini sikuwatafuta marafiki Wakristo. Alinishauri niwatafute.

Kitu cha kwanza nilichokifanya baada ya kutoka kambini niliwatafuta marafiki watatu au wane wali-okuwa Wakristo wa nguvu. Niliwapata watu waliokuwa imara katika imani yao na walinisaidia pia kuwa imara katika imani yangu. Nilianza kukua na taratibu nilianza

> Kuukulia Wokovu katika maisha mapya ya Kiroho ambayo yalikuwa yamekwama hapo kabla."

— *MSHIRIKI WA FORGE*

MTU WA KUSHINDANA NAWE

Jeshi la Israeli halikuwa na silaha kwa wanaume wapiganaji 600 waliokuwa tayari kwa vita. Walikuwa wanapambana na maelfu kwa maelfu ya wanajeshi wa Wafilisti waliokuwa wakifahamika kwa nguvu zao za kivita. Maneno yao mabaya dhidi ya Waisraeli yalikuwa yanatisha.

Yonathani, Kijana wa Mfalme wa Israeli alikuwa na silaha na upanga. Alikuwa na bodigadi aliyejulikana kama mbeba silaha aliyekuwa pamoja naye vitani.

Watu hawa wawili walitoroka kambini wakiwa na lengo la kukivamia kituo cha nje cha wafilisti wakiwa peke yao. Yonathani alimtumaini Mungu na kumwamini na alijua Mungu angewatumia wao wawili na angewalinda. Mbeba silaha wake alikubali na akamwambia *"Endelea, niko pamoja nawe, moyo wangu ni kama moyo wako."* Walipiga hatua kuwakabili wafilisti, wakiamini Mungu atawapa ushindi. Kwa Pamoja waliwaua wanajeshi ishirini. (Habari kutoka 1 Samweli 14).

Kama ilivyokuwa kwa Yonathani tambua ya kuwa uko juu ya kila aina ya ubaya wowote. Kama mfuasi wa Yesu, Kumshinda shetani, Ulimwengu, na mwili wako wenye lengo la kukuangusha.

Mara ya kwanza waweza kujiona kama uko peke yako. Lakini kuna tumaini!

Unapofanyika mtoto wa Mungu Unakuwa sehemu ya mwili wa Kristo. Familia ya waamini iko pale kwa ajili ya kukusaidia, kukuongoza na kuwa na marafiki zako. Tafuta wale wote waliojitoa kwa uaminifu kumfuata Yesu na ungana nao.

"Nilizoea kwenda kwenye kundi hili la vijana. Nilipata mengi kutoka

*kwao na ikanisaidia kuwa karibu zaidi na Mungu.Ilinisaidia kukutana
na watoto waliokuwa wakipitia vitu nilivyokuwa nikipitia."*
- Mshiriki wa Forge

WATU WENYE KUSHAWISHI

*"Kadri unavyokaa kwa muda mrefu na mtu mwingine ndivyo utaanza
kuongea na kutenda kama yeye. Unaanza kutenda kama nani?"*
- Mnenaji wa Forge

*"Unaishi kwenye dunia isiyoaminika, na hii ndio sababu ni muhimu
kuunganika na kanisa au na marafiki mnaounganishwa na imani
moja. Moto wako utazimwa kwa haraka kama hutopata watu sahihi wa
kukusaidia." - Mshiriki wa Forge*

Unaweza kuongea mengi kuhusu mtu kulingana na aina ya watu
unaokuwa nao. Jiangalie, Ni aina ipi ya machaguo ya marafiki
unaowatengeneza? Ni madhara gani utayapata, mazuri kwa mabaya?
Uko kama kinyonga, unajibadilisha kulingana na mazingira unayoku-
tana nayo. Ni mazingira gani umeyachagua kulingana na aina ya watu
wanaokuzunguka?

Chagua marafiki zako kwa uangalifu. Kuongezeka na kukua katika
maisha yako ya kiroho hutegemeana na aina ya marafiki unaowacha-
gua. Unapozungumza magumu yako ya kiroho na Mkristo mwenzako
wanaweza *kukuchonga* na kukupa ushauri wa kukuimarisha. Kama
jinsi chuma kinavyochonga chuma.

*"Baada ya kukata shauri na kumfuata Yesu, nilijua ingekuwa ngumu
sana kwa kuwa marafiki zangu wengi hawakuwa wakristo, na wali-
kuwa wakijitahidi sana kutaka kuniangusha katika njia zisizofaa. Nili-
pokuja kanisani ilikuwa rahisi, Nilisimamia imani yangu na sasa nina
marafiki wengi ambao wameokoka." - Mshiriki wa Forge*

Kama mkristo utakutana na mapingamizi mengi kutoka kwa wengine.

Wasio Wakristo wataona kama kitu cha ajabu kwako kumfuata Yesu badala ya mahitaji yako binafsi. Watataka uwafuate. Utatakiwa ukae mbali na misukumo yao na wakati mwingine inawezekana isiwe rahisi sana.

Hata baadhi ya watu Kanisani kwako wanaweza wasikueleweve kwa nini una furaha sana ya kumfuata Yesu. Utatakiwa uendelee kuwapenda na tambua kuwa Mungu hutaka kukutumia wewe ili uwakumbushe nini walikutana nacho walipoamua mwanzoni kabisa kuokoka.

Wewe ni wa thamani isiyokuwa na kikomo mbele za Mungu. Haijalishi ni kwa namna gani wengine wanaharibu maisha yao kwa kuchagua mabaya wewe usifanye hivyo. Fanya kazi kwa bidii na hakikisha unazungukwa na watu wanaompenda Mungu na wanaopenda kuishi maisha ya kumpendeza siku zote.

DONDOO ZA KUTAFUTA USHIRIKA WA KIKRISTO

• **Sumbua wengine:** Si usumbufu. Wakristo wenye uzoefu watatamani kukuona ukiwafuata kwa ajili ya msaada, na wanaweza wakashangaa kwamba pengine huwafuati huhitaji msaada wao. Maandiko yanasema wanatakiwa kuwa tayari kukufundisha. Wafuate na hakikisha wanajibu maswali yako.

• **Tafuta Mshauri.** Tafuta mtu mzima zaidi yako na ambaye ana uhusiano wa kina na Mungu. Waalike na kuwa na muda nao wa angalau saa moja. Waeleze ni changamoto zipi umekuwa ukipitia na waombe ushauri. Unaweza kuwauliza "Ni kipi kiliwasaidia kukua kiroho?" Kama kikao chenu kitakuwa kimekwenda vizuri waombe kama mnaweza kuonana wakati mwingine.

• **Jiunge na vikundi vya vijana,** vinavyofundisha Biblia, na kutaka kuwaleta vijana wengine kwa Yesu. Na itakuwa furaha. Watafute wakristo wengine shuleni kwenu ambao wana vikundi vya vijana na waombe kama mnaweza kuongozana nao. Tafuta makundi mengine ya vijana shuleni kwenu au kwenye jamii.

• **Anzisha kundi lako mwenyewe.** Kama unawafahamu Wakristo wachache ambao unadhani mko nao njia moja katika kumfuata Yesu, waulize kama mnaweza kukutana kwa ajili ya kujifunza Biblia, na Maombi au tu kuambatana nao. Unaweza kujikuta unapata wengine wanaotamani kuwa katika ushirika wa Kikristo.

•**Muulize Mchungaji wako.** Anajua jinsi gani utaunganishwa na vikundi vingine.

•**Kuwa Mwangalifu.** Si kila anayesema ni Mkristo anamfuata Yesu

"Watu wengi wanasema ni Wakristo lakini unaweza kuwatambua kwa matendo yao. Angalia watu wema wanaoweza kukuinua kiroho na si kukuangusha." - Mshiriki wa Forge

•**Mfundishe mwingine.** Jinsi Mungu anavyokufundisha, Wafundishe na wengine kile ulichojifunza. Usiogope kuwafundisha wengine. Itakusaidia zaidi kuelewa kile unachojifunza na itawabariki kwa kuwapa kitu kipya ambacho hawakukijua kabla.

ANZA HAPA : FANYIA KAZI ULICHOJIFUNZA!

Amua: Chagua dondoo mbili au tatu za kufanyia kazi katika wiki chache zijazo. Weka alama kwenye kitabu chako. Ziandike na kubandika mahali unapoweza kuwa unaziona kila siku (Kama kwenye kabati la nguo) Mweleze mwingine mpango wako, mwambie akupigie baada ya wiki mbili kujua unavyoendelea.

Andika: Ni urafiki gani utaudumisha na upi utaufikiria upi? Kwa nini? Nini kinakuogopesha katika kutafuta marafiki Wakristo au kuwaacha marafiki unaodhani wanaweza kukuangusha? Ni nani Mkristo katika maisha yako unayeweza kumwendea kwa ajili ya msaada na kukutia moyo?

Jifunze: Soma baadhi ya mistari kuhusu Ushirika wa Kikristo:

• 1 Samweli 14

- Zaburi 1
- Mithali 24:1
- Mathayo 28:20
- Matendo 2:42-47
- 2 Wakorintho 6:14
- Waebrania 4:12-13

Andika kile ulichojifunza katika mistari hii.

Maombi: Mweleze Mungu kuhusu uamuzi wako wa kutafuta kusanyiko. Tumia maombi haya au omba maombi yako …

Baba, Ninafikiri sana kuhusiana na Marafiki nilionao na aina ya kusanyiko la Kikristo ninalohitaji. Ninashangaa kwa ugumu ninao-upata katika kupata marafiki wapya. Nisaidie kujua nini cha kufanya. Niongoze kwa aina ya marafiki ninahitajika kuwa nao. Asante kwa kuwa rafiki yangu wa karibu ambaye sitawahi kuwa naye aliye kama wewe. Amen.

6

KUMTİİ MUNGU

MAPENZI YAKO YATIMIZWE

"Nafikiri kutii ni kumpa Mungu kutawala maisha yako."
- Mshiriki wa Forge

 "HADITHI YANGU: KUSHUHUDIA UMASKINI KULIBADILISHA HATMA YA KAZI YANGU

Mwaka wangu wa mwisho nikiwa sekondari nilisafiri katika safari ya umisheni. Nilipokuwa pale nilipata wasaa wa kufanya kazi katika vituo vya kulelea watoto yatima na nilifanya kazi na watoto na hii ilinibadilisha. Kwenye safari hii ndipo nilipojua kuwa nimeitwa kuwa mwangalizi wa watoto "Social Worker" mtu wa kuwasa-idia watoto wanaotoka katika mazingira waliyofanyiwa ukatili. Japokuwa watu hawa huishi katika vibanda vichafu, wanampenda Mungu. Mwanamke mmoja akasema, Naweza kuwa maskini lakini ni tajiri katika Kristo. Nina vitu vingi kwenye nyumba yangu ambavyo navichukulia kawaida. Nilijifunza kushukuru kwa ajili ya familia yangu na vitu vyote vinavyonizunguka."

YESU ALIKUWA MTIIFU

"Utii kwa upande wangu humaanisha kumsikiliza Mungu na kutii. Kuna nyakati ambazo nilihisi natakiwa kufanya jambo Fulani na siku-fanya. Hiyo ni dhambi ya kutokutii. Kujua ya kwamba unatakiwa kufanya jambo fulani na hukulitenda" - Mnenaji wa Forge

"Wakaenda mahali paitwapo Gethsemane, Naye Yesu akawaambia wanafunzi wake 'Kaeni hapa wakati nikiomba' Akawchukua Petro, Yakobo na Yohana Pamoja naye akaanza kufadhaika sana na kuhanga-ika. Akawaambia Roho yangu ina huzuni nyingi kiasi cha kufa, 'kaeni hapa mkeshe."'
Akaendelea mbele kidogo, akaanguka kifudifudi, akiomba ya kuwa, ikiwezekana saa hiyo imwepuke. Akasema Aba, Baba yote yawezekana kwako, uniondolee kikombe hiki, walakini si kama nitakavyo mimi, bali utakavyo wewe" (Marko 14:32-36).

Watu wengi wanaamini kuwa kusingekuwapo na msalaba kama Yesu asingejitoa kwa kusema *"si mapenzi yangu, bali mapenzi yako"* (Marko 14:36b). Neno utii (Obedience) lina neno kifo (die) katikati yake. Yesu alikufa kwa mapenzi yake ili kuepusha Mauti.

Alitoa matamanio yake na mapenzi yake kwa Mungu.

Yesu ni Mfano wetu wa namna tunavyotakiwa kujitoa kwa ajili ya Mungu.

YESU ALIMFAHAMU MUNGU BABA

Tunamtumikia Mungu ambaye Yuko na nafsi tatu: Baba, Mwana na Roho Mtakatifu. Yesu alikuwa hapa duniani akiwa Mungu kamili na Mwanadamu kamili. Alijua nini humaanisha katika kuisikiliza sauti ya

Mungu baba na kutii maagizo yake. Na hivyo ndivyo alivyoishi maisha yake. Kama kuna mtu alimfahamu Mungu Baba basi alikuwa ni Yesu.

Unamfahamu Baba?

Jaribio hili linakuja kutoka kitabu cha 1 Yohana 2:3, "Na katika hili twajua ya kwamba tumemjua yeye, ikiwa tunashika amri zake."

Yesu alijua kwamba utii ni muhimu kwa Mungu. Ni uthibitisho wa pendo letu kwake.

Yohana 14:15 inasema, *"Kama mkinipenda, mtazishika amri zangu."* Unatii mafundisho ya Mungu?

YESU ALITII KATIKA UPENDO

> *"Watu hufanya mambo ya ajabu wanapokuwa wanampenda mtu Fulani. Fikiri kuhusiana na hilo. Yesu alikufa msalabani kwa ajili ya dhambi zako kwa sababu alikupenda. Je hili si jambo la ajabu?"* - Msemaji wa Forge

Kuna kitu cha ajabu unachoweza kukifanya kwa sababu tu unampenda mtu Fulani si ndivyo? Kitu hicho hicho huwezi kufanya kwa sababu nyingine yeyote. Kwa nini? Watu hufanya mambo ya ajabu wanapokuwa wako kwenye mapenzi na wale wawapendao.

Mungu huhisi kupendwa unapoamua kumtii. Si kwa sababu anapenda utii maagizo yake bali kwa sababu anapenda upate mema kwenye maisha yako.

Maagizo yake anayatoa yote kwa upendo kwako na kwa watu wengine ulimwenguni.

UTII SI MZIGO

> *"Mungu anataka tufanye mambo ambayo yako katika mpango wake mkuu."* - Mshiriki wa Forge

Fikiria utii katika mazingira haya. Fikiria uko na mtu anayening'inia nyuma yako na mikono yake ameiweka kuizunguka shingo yako. Huo pia tunauita utii. Kwa kuwa utazunguka kila mahali atapotaka uende, lakini kadri unavyotembea uzito wake utaanza kukua (uzito wa utii) na taratibu utaanza kusikia maumivu mgongoni, baadaye kwenye miguu, hatimaye utambwaga sakafuni.

Hii ndiyo namna wengi wetu hufikiria kuhusu utii. Tunadhani utii ni mzigo mkubwa lakini ukweli ni kinyume chake kabisa.

Fikiria tena iwapo utamwachia huyu mtu aende nawe uning'inie kwenye shingo yake naye awe na nguvu ya kutembea, hapa utii utakuwa umekubeba. Na huu ndiyo anaoutaka Mungu. Kutii bila kulazimishwa.

Maagizo anayotupatia yasiwe mzigo kwetu bali yatubebe.

"Kazi ngumu na yenye sifa mbaya kwenye familia yetu ilikuwa ya kuzoa taka. Mimi ni mmoja katika watoto sita tuliokuwa tukifanya kazi ya kuzoa taka. Familia yetu ilikuwa inazalisha taka kwa wingi! Kuna wakati nilitegesha saa na nikaona tunazalisha taka kila baada ya dakika moja na sekunde thelathini na tisa. Na bado nilikuwa na uzito mkubwa nilipopewa amri ya kubeba uchafu. Nilitembea kila upande kama mtu ninayekaribia kufa kwa sababu kila baada ya dakika moja na sekunde thelathini na tisa nilikuwa natakiwa kufanya kazi. Ni suala la Mtazamo tu. 1 Yohana 5:3 inasema, 'Huu ni upendo kwa Mungu, na amri zake si nzito'" - Mnenaji wa Forge

HADITHI YANGU: WANAFUNZI WANAWAFIKIA WANAFUNZI WENZAO

"Siku ya mwisho ya kambi ya vijana (nilipokuwa nime-hubiri wiki nzima) baadhi ya wanafunzi walikuwa kwenye kona chumbani na wakawa wanaomba hivi, 'Bwana hatuna hakika sana na hili lakini tunakuomba ututumie kubadili kitivo chetu kimgeukie Kristo.'

Mwaka mmoja baadaye nilikuwa na kundi hili hili la wanafunzi katika kambi. Walinieleza hadithi ya kusisimua kuhusu namna Mungu alitenda kazi. Walitengeneza timu na wakawa wanakutana kila wiki kwa ajili ya kuomba, wakiwajibika kwa pamoja na kutiana moyo kila mtu na mwenziwe.

Mara moja kwa mwezi walialika marafiki zao ambao walikuwa hawamjui Mungu katika sherehe katika nyumba ya mmoja wao. Walipata chakula, wakacheza Muziki wa Kikristo na kuwa na ucheshi. Kila mwisho wa sharehe mmojawapo wa wakristo alitoa ushuhuda wake kwa dakika tano hadi kumi jinsi Yesu alivyobadilisha maisha yake.

Katika mojawapo ya mikutano yao ya kila mwezi waliweza kuwaalika wazazi wa marafiki zao waliokuwa wamepotea na sasa wameokoka. Mwanamume mmoja alisimama akasema sielewi kinachoendelea hapa ila ninachokifahamu ni kuwa nimempata kijana wangu aliyekuwa amepotea. Kijana wake alikuwa mraibu wa madawa ya kulevya yaliyoharibu maisha yake na familia yake, Lakini Yesu akambadilisha kabisa.

Wanafunzi waliendelea kunieleza kuwa miezi tisa iliyopita shuleni kwao imekuwa ya maabadiliko makubwa katika maisha yao. Walisema ni kama walikuwa hawajawahi kuokoka hadi wakati huo. Ukaribu na Mungu na kuona nguvu za Mungu zilivyokuwa zikitenda kazi na kuyabadilisha maisha yao na ya marafiki zao waliokuwa wamepotea lilikuwa jambo lisilokuwa la kawaida!

Walisema pia kuwa miezi tisa iliyopita ilikuwa migumu sana kuliko waliyowahi kukutana nayo. Baadhi ya marafiki zao wa karibu walikuwa wakiwadhihaki na kuwaonesha kuwa mikutano yao ya kila wiki ilikuwa ibada zisizoeleweka. Hawakuamini nyakati ngumu na mateso waliyopitia, lakini walipoyaona matendo makuu ambayo Mungu alikuwa akiyatenda waliona Mungu amelipa mateso yao. Shule nzima ilibadilishwa kwa sababu ya utii wao kwa Mungu."

— MNENAJI WA FORGE

DONDOO ZA KUMTII MUNGU

• **Fanya mazoezi ya utii mara moja.** Kadri unavyofanya, tarajia kuona mabadiliko mengi na kushindwa. Lakini amka na endelea mbele.

• **Anza na mambo Mungu anayokuonesha.** Amini kwamba Mungu atakuongoza ili uone mapenzi yake katika maisha yako ya kila siku. Tafuta mapenzi yake kupitia maombi, kwenye Biblia na kwa waamini wengine.

• **Unapokosea Kiri haraka.** Tubu na tii mafundisho ya Kristo.

• **Tengeneza mazingira ya ndiyo yatembee kwenye maisha yako.** Fanya kile Mungu atakutaka ufanye badala ya kumbishia kila wakati.

• **Utii ni kufanya kitu sahihi na kuepuka vitu vibaya.** Weka orodha ya vitu vizuri unavyotamani kuviongeza katika maisha yako. (Mfano kumsamehe mtu Fulani, kuomba msamaha, kuwa muungwana, kuwa mvumulivu nk). Yesu alisema mambo makuu mawili ambayo unatakiwa kuyatii kuwa ni "kumpenda Bwana Mungu wako kwa moyo wako wote na kwa akili yako yote" na "kumpenda jirani yako kama nafsi yako" (Mathayo 22:37-39). Kwa hiyo kama unajaribu kumtii Mungu katika mambo yote hakikisha ni katika kumpenda katika mambo yote uliyonayo na kuwapenda wengine.

• **Angalia maagizo ya Mungu katika Biblia.** Kwa mfano katika Kutoka 20 tunazo amri kumi. Kwenye Mathayo 3:2 Yesu anatutaka tutubu. Katika Yohana 3 Yesu anataka tuzaliwe mara ya pili. Mathayo 28:18-20, Tunayo maagizo ya Yesu ya kuwafanya wanafunzi.

• **Angalia sifa za Mungu anazotaka uwe nazo.** Ziangalie kwa wakristo wengine. Ziangalie kwenye maandiko. Jaribu kusoma kuhusu matunda ya Roho katika Wagalatia 5:22-23. Chagua eneo moja la kuwekea umakini katika wiki hii.

•**Elekeza Muda maalum wa kuomba na kujitoa mbele za Mungu.** Muulize akuelekeze maeneo unayotakiwa *kufa* katika maamuzi yako na kubaliana naye. *"Mtu yeyote akitaka kunifuata na ajikane mwenyewe, ajitwike msalaba wake kila siku anifuate"* (Luka 9:23). Mwombe aondoe mapenzi yako ndani yako na aweke mapenzi yake ndani yako.

•**Weka orodha ya mambo madogo 20** ambayo unaweza kuyafanya wiki hii ili uwe mtiifu kwa Mungu. Yanaweza kuwa mawazo unayo-taka yabadilishwe. Kazi za nyumbani unazotaka kujihusisha nazo, au mambo mengine madogo madogo ambayo hukuwa mwaminifu au halisi katika hayo.

ANZA HAPA : FANYIA KAZI ULICHOJIFUNZA!

Amua: Chagua dondoo mbili au tatu unazotaka kuzifanyia kazi katika wiki chache zijazo. Ziwekee alama katika kitabu chako. Ziandike na kuzibandika mahali ambapo ni rahisi kuziona kila siku (kama mahali ulipoweka plastiki ya kuzuia maji kuingia unapowekea nguo zako wakati wa kuoga). Mweleze rafiki yako kuhusu mipango yako, na mwambie akupigie baada ya wiki mbili kujua unavyoendelea.

Andika: Nini maana ya kumtii Mungu kunavyomaanisha kwako? Kwa nini ni muhimu? Unajisikiaje sasa baada ya kusoma sura hii?

Jifunze: Soma mistari hii kuhusu utii:

- Kumbukumbu la Torati28
- 2 Mambo ya Nyakati 31:20-21
- Zaburi 51:7-12
- Mithali 22:4-5
- Yohana 14:15
- Warumi 5:19
- 2 Wakorintho 9:13
- 1 Yohana 5:3-4

Andika kile ulichojifunza katika mistari hiyo.

Maombi: Ombea maamuzi yako kuhusu utiifu. Tumia maombi haya au omba maombi yako binafsi …

Baba, Nimeelewa kuwa kukutii ni kukuonesha upendo. Ninafahamu sasa kuwa kutii amri zako kunanibariki na kunionesha kuwa mimi ni wako. Badilisha mwelekeo wangu kuhusu utii na nisaidie kuona njia zitakazonisaidia kukufuata wewe kwa karibu. Amen.

7

SHİRİKİSHA İMANİ YAKO

THIBITISHA UPENDO WAKO

Unaposema ninampenda Mungu atakupa nafasi ya kuthibitisha unachosema.

Mahitaji katika dunia hii ni mengi. Huwezi kwa mara moja kuifundisha dunia nzima kuhusu Kristo, au ukamaliza kabisa tatizo la njaa na umasikini. Lakini jinsi utakavyokuwa ukisonga mbele katika maisha yako ya Ukristo Mungu atakupa nafasi ya kushirikisha imani yako.

Unao majirani wanaomuhitaji Yesu. Unao watoto kanisani wanaomuhitaji mwalimu, Unao watu katika mahali unapoishi wanaohitaji chakula. Kuna kitu Mungu anakuita ukifanye.

Filemoni 1:6 inasema, *"Ninakuombea uwe imara katika kushirikisha imani yako, ili uwe na uelewa mpana wa kila kitu chema tulichonacho katika Kristo."* Ulikuwa unajua kuwa kumshirikisha injili mtu mwingine kunakusaidia kuongezeka zaidi katika maisha yako ya Ukristo?

> *"Majira Fulani ya joto nilikuwa nafanya kazi katika kambi ya Kikristo. Nilikuta nahitajika kupeleka injili kwa wahudhuriaji katika kambi hiyo. Mara ya kwanza nilifikiri ni jambo la kuvutia lakini kadri niliv-*

yokuwa nikijaribu ndivyo nilivyoona ugumu wake. Niliogopa na kute-
temeka juu ya maneno yangu na kutikisika na hivyo ilinibidi nifanye
mazoezi mengi. Niliongea na washauri wenzangu katika kambi, kwa
wanyama niliowafuga, kwenye miti karibu na kibanda nilichokuwa
naishi. Kwa sasa miti hiyo ni kama miti mitakatifu! Ilifanya kazi na
mtu mmoja katika kibanda change aliamua kumpa Yesu maisha yake."
- Mshiriki wa Forge

HABARI NJEMA! YESU AMESHINDA!

Katika nyakati za Biblia wakati wa vita, wanawake na watoto walisu-
biri nyumbani kwa tarishi kuleta ujumbe kutoka vitani. Viongozi wa
kijeshi walikuwa wakimteua mtu mwenye mbio sana kupeleka
ujumbe. Wale waliobaki nyumbani mara zote walikuwa wenye mata-
rajio ya kumwona mtu akiwaletea habari wakimwona kutoka mbali.

Kama tarishi angeleta habari njema basi kwa kigiriki angeitwa "Euange-
gelion!" Jina lilifuata lingekuwa "Nike!" Likimaanisha ushindi. Kama
wangepata ushindi basi tarishi huyu angepiga kelele, "Euangelion!
Euangelion! Nike! Nike!" "Habari njema! Habari njema! Tumeshinda!
Tumeshinda!" Kila mmoja angeshangilia.

Neno la Kigiriki "euangelion" ndilo asili ya neno Uinjilisti. Maana ya
uinjilisti—Ni kuleta habari njema kwa watu wanaosubiri kupewa
habari njema. Ni kuwapa "habari njema! Yesu ameshinda!" Kusudi
kuu la uinjilisti ni kuwaambia familia yako, marafiki, na watu unaoku-
tana nao habari njema za ushindi wa Yesu.

"Kitu kizuri cha kufanya kwenye ushuhudiaji ni kuwauliza wahusika
kuhusu kile wanachopenda. Na unaweza kuwauliza kama wanayo
dini. Hii itakusaidia kujua kama wamesimamia vizuri imani yao. Na
ndipo nawe unaweza kuwashirikisha dini yako. Ni muhimu kuhes-
himu mapito yao ya nyuma na kuwaelezea pia kuhusu mapito yako."
- Mshiriki wa Forge

UMILELE NI MUDA MREFU

Umuhimu wa uinjilisti ni kumsaidia mtu aweze kufahamu jinsi dhambi zake zinavyomtesa Kristo na kumtenga naye. Pasipo msamaha wa Yesu hawawezi kusimama mbele za Mungu na hivyo wataishi milele kuzimu. Umilele ni muda mrefu wa kuishi mahali pale usipotaka kuishi.

Kuzimu haikuumbwa kwa ajili ya watu. Mathayo 25:41 inasema iliumbwa kwa ajili ya *'shetani na malaika zake'* 2 Peter 3:9 inasema, *"Bwana ...ni mvumilivu kwa ajili yako, hafurahii yeyote kuangamia, lakini kwa wote kuutafuta msamaha wa dhambi."*

Hebu tafakari inawezekana ukawa na tiba ya Kansa na ukaitunza tu kwa ajili yako? Haiwezekani. Na ni vipi kuhusiana na tiba ya kuzimu? Washirikishe imani yako wote wanaokuzunguka ili waweze kuupata uzima wa milele wakiwa na Yesu uliyenaye.

"Mwombe Mungu akupe ujasiri wa kushirikisha marafiki zako waliopotea kuhusu Kristo" - Mnenaji wa Forge

 ## HADITHI YANGU: KUYAONA MACHOZI YAO KULINIBADILISHA

"Bado naikumbuka sakafu chafu niliyoiona katika Kanisa la wamasai (Kabila la Afrika) lililokuwa limeloa kwa machozi yaliyokuwa yakitiririka. Kiongozi wa kuabudu alikuwa akiimba akimshukuru Mungu kwa ajili kuamua kumpa Kristo maisha yake. Ghafla alianguka akiomboleza katika ibada. Sekunde chache baadaye kanisa zima lilikuwa miguuni katika maombi yasiyokuwa ya kawaida. Sikuwa naelewa kilichokuwa kikiendelea. Kwa nini kanisa zima lilikuwa limeanguka miguuni kwake kwa furaha. Baadaye nilimuuliza mkalimani wangu Simon Kwa nini kiongozi wa kuabudu analia. Akanieleza kuwa Kiongozi alikuwa akilia kwa sababu alitambua kuwa mavuno ni mengi lakini

watenda kazi ni wachache. Machozi ya huyu mama yali-
nitia moyo kufanya zaidi kwa ajili ya Bwana kuliko
nilivyofikiria."

— *MNENAJI WA FORGE*

SHAHIDI WA MATENDO YAKO

*"Nafikiri kukutana na marafiki zangu kumekuwa kwa tofauti. Imani
yangu inatokana na Matendo yangu. Nadhani hili ndilo jambo la
msingi. Si muhimu sana kile utakachosema kwa watu bali kile wanac-
hokiona katika maisha yako. Hicho kinawashuhudia zaidi." - Mshiriki
wa Forge*

*"Ndugu zangu, yafaa nini, mtu akisema kwamba anayo imani, lakini
hana matendo? Je ile imani yaweza kumwokoa? Ikiwa ndugu mwana-
mume au ndugu mwanamke yu uchi na kupungukiwa na riziki, na
mtu wa kwenu akawaambia, enendeni zenu kwa amani, mkaote moto
lakini asiwape mahitaji ya mwili, yafaa nini? Vivyo hivyo na imani
isipokuwa ina matendo, imekufa nafsini mwake"* (Yakobo 2:14-17).

Vivyo hivyo kama unavyoweza kumshirikisha mtu mwingine kuhusu
upendo wa Kristo kwa kuongea unaweza kuonyesha upendo kwa
kuwasaidia wengine. Inasemekana kwamba matendo huongea zaidi
kuliko maneno. Ni kweli??

Unaweza kusema yote unayoweza kuhusu Yesu, lakini kama maneno
yako hayaendani na matendo yako, hakuna yeyote atakuamini.

Ulipokuwa mdogo wazazi wako walikwambia "Tunakupenda"
Ulijuaje kama kweli wanakupenda, ni kwa vitu walivyokuwa wakiku-
fanyia vilionyesha mapenzi yao kwako. Walikuwa wanakujali, wana-
jitoa kwa ajili yako, wanakulisha, wanakuogesha, na
wanakutengenezea kesho yako. Upendo ulionekana waziwazi kwa
sababu ulikuwa unauona.

Vivyo hivyo Yesu anakuwa halisi kwa watu wanapoyaona matendo yako.

Unaweza kufanya nini kuonyesha upendo wa Kristo kupitia matendo yako?

"Kwa urahisi, kuwa mfuasi wa Yesu ni kuwa Mtumishi wa wengine. Kumbuka Kufuata huduma ya Yesu inauonesha ulimwengu Upendo wetu kwa Mungu." - Msemaji wa Forge

HADITHI YANGU: UAMUZI WA KUISAIDIA FAMILIA YA KIAFRIKA

"Nilifanya ufadhili katika mpango wa Mtoto. Kuna mtoto kule Afrika mimi na marafiki zangu wanne tunamfadhili, na kila mwezi tunalipa kiasi Fulani cha fedha kwa ajili yake na familia yake. Wakati wa Krismasi tunampa kiasi zaidi na alisema alinunua mbuzi. Na akasema hiyo ilikuwa ni zawadi yake kwa familia yake.

Watu wengine wanaweza kufikiri zawadi ya mbuzi ni ujinga. Kaka yangu alinicheka sana, akaniuliza, "Kwa nini unafanya hivi?"

"Nadhani inanifanya nijisikie vizuri kwamba ninawasaidia watu zaidi yangu mwenyewe. Yaani namsaidia mtu naye anawasaidia wengine. Mungu siku zote anatukumbusha tuwe wema hata kama hatutengenezi njia yetu ya kwenda mbinguni. Kuwasaidia watu wengine ni jambo ambalo yeye analipenda na anataka sisi tilifanye. Inawaonyesha maana ya Ukristo kwamba Ukristo ni kuwasaidia watu."

"Mbuzi anaweza kutoa maziwa kibaba kimoja kwa siku. Hayo ni zaidi kwa matumizi ya kunywa, jibini,siagi na maziwa mgando, na kuuza kinachosalia kwa kununua Nguo, mahitaji ya shule na madawa." (www.heifer.org)

DONDOO KWA AJILI YA KUSHIRIKISHA IMANI YAKO

Kwa maneno...

• **Kuwa na uthubutu.** Tafuta kutenda yale Mungu aliyokuitia. Wakati mwingine uthubutu ni kule kuogopa na kwenda popote—Kwa imani kuwa Mungu atakuwa pamoja nawe.

• **Kuwa kawaida.** Wakati mwingine watu watataka kuiona imani yako kwa Yesu kama jinsi ulivyo wewe binafsi.

• **Iweke katika maneno yako.** Huhitaji kukariri au kutumia maandiko. Unachotakiwa ni kuwaeleza kilichotokea kwako na kwa nini umeamua kumfuata Yesu.

• **Usiogope.** Hata kama hutasema sawa au hujui majibu kama utaulizwa swali gumu waeleze utawajibu na muulize mchungaji wako.

• **Usijifanye Mkamilifu.** Usijiweke kwenye mazingira ya kujiona ni bora kuliko wengine.

• **Jiamini.** Andika maelezo ya dakika tatu yanayoelezea utofauti wako baada ya kumkubali Yesu na fanya mazoezi ya kuyasema hayo kwa rafiki yako Mkristo. Kariri mistari hii:

> "Uwezo wetu unatoka katika Bwana"
> (2 Wakorintho 3:5b)

> "Bwana atakuwa kujiamini kwangu"
> (Mithali 3:26)

> "Msiutupe ujasiri wenu,kwa maana
> una thawabu kuu" (Waebrania 10:35)

•**Mbinu za utafiti** wa uinjilisti binafsi. Utaona kwenye marejeo mwishoni mwa kitabu.

Kwa matendo...

•**Usijioneshe.** Hudumu kimya. Mungu anatambua na kuuona moyo wako.

•**Toa 10% au zaidi ya mapato yako kwa wengine.** Toa Kanisani kwako, Mfadhili mtoto katika mashirika kama Compassion International (*www.compassion.com*), fadhili umisheni au weka katika ghala la chakula katika mahali unapoishi. Wekeza katika vile vinavyodumu milele.

•**Angalia jinsi unavyoweza kusaidia Kanisani kwako.** Mara zote wanaojitolea huhitajika. Tambua vipawa vyako. Angalia nini Mungu ameweka ndani yako, unaweza kufundisha? Kufanya usafi? Kupanga mipango? kupamba? Angalia kama vipawa vyako vinaweza kutumika. Kama hakuna chochote unaweza kufanya katika nilivyotaja hapo, angalia kile unachoweza binafsi na ufanye.

•**Hudumia Jamii yako.** Ulizia mahali wanapohitaji watu wa kujitolea, Jitolee kusaidia siku za jumamosi au baada ya shule angalau mara moja kwa mwezi. Nenda na Marafiki zako.

•**Nenda kwenye safari za umisheni na makundi ya Vijana.** Kuna uhitaji duniani kote unakoweza kufanya jambo la tofauti.

•**Kuwa kama Yesu mahali popote unapokuwa.** Ongea na yeyote unayemwona mpweke, Okota uchafu na kuweka panapostahili, onyesha tabasamu kwa watu, Wasikilize, waonyeshe huruma, Wasaidie.

ANZA HAPA : FANYIA KAZI ULICHOJIFUNZA!

Amua: Chagua dondoo mbili au tatu za kufanyia kazi katika wiki zijazo. Ziwekee alama kwenye kitabu chako. Ziandike na kuziweka mahali unapoweza kuziona kila siku (kama kuweka mlio wa kukumbusha kwenye simu yako). Mshirikishe mwenzako mpango wako, mwambie akupigie baada ya wiki mbili kujua unavyoendelea.

Andika: Andika hadithi yako ya uamuzi wako wa kumfuata Yesu. Nini kilitokea? Ilibadilishaje maisha yako? Unajisikiaje kushirikisha wengine kuhusu imani yako? Je una moyo wa kitumishi? Jadiliana kuhusu njia mbalimbali unazoweza kutumia kufanya kazi za kujitolea katika jamii yako.

Jifunze: Soma maandiko haya kuhusu unavyoweza kushirikisha imani yako:

- Kumbukumbu la Torati 6:4-8
- Mithali 3:27-28
- Isaya 43:10-12
- 2 Wakorintho 5:20
- 1 Wathesalonike 4:11-12
- 2 Wathesalonike 1:8-9
- Yakobo 1:27
- Ufunuo 22:12

Andika kile ulichojifunza katika maandiko hayo.

Maombi: Ombea maamuzi yako mapya ya kushirikisha imani yako. Tumia maombi haya au omba maombi yako binafsi ...

Yesu, Nataka Ulimwengu utambue inakuwaje unapokuwa huru na kukuishia wewe. Nataka Familia yangu na marafiki wautambue upendo wako wa ajabu. Natamani nao waurithi uzima wa milele pamoja nawe. Nisaidie kuongea popote nitakapokuwa na kuhudumia popote nitakapokuwa. Naomba ung'ae ndani yangu ili mng'ao wako uonwe na wengine wanaonizunguka. Asante kunitumia na kunipa wajibu huu katika maisha yangu. Amen.

MAREJEO
NYENZO NYİNGİNE ZA KUKUSAİDİA KUKUA

Chini ni vitabu na tovuti zitakazokusaidia kwa kadri unavyoendelea kukua katika imani yako.

VITABU:

Everything Counts: Oswald Chambers' Classic, My Utmost for His Highest, Adapted for Students by Steve L. Case, Rick Bundschuh, Oswald Chambers, Lois Penner

Experiencing God: Knowing and Doing the Will of God by Henry T. Blackaby and Claude V. King

You are God's Plan A ... and There is No Plan B by Dwight Robertson

Let the Nations Be Glad!: The Supremacy of God in Missions by John F. Piper

Letters from a Skeptic: A Son Wrestles with His Father's Questions about Christianity by Gregory A. Boyd, Edward K. Boyd, Edward K. Boyd

More Than a Carpenter by Josh McDowell

Practicing God's Presence by Robert Elmer

Prayer: Does It Make Any Difference? by Philip Yancey

Ruthless Trust: The Ragamuffin's Path to God by Brennan Manning

The Mind of Christ: The Transforming Power of Thinking His Thoughts by T.W. Hunt

The Ragamuffin Gospel by Brennan Manning

What's So Amazing About Grace? by Philip Yancey

FURSA NYINGINE KWAKO

WANENAJI WA FORGE & MATUKIO
ForgeSpeakers.com

Unahitaji mtu wa kuchangamsha kundi lako ili wawe wafuasi wa Yesu wenye shauku wanaoishi na moto ndani ya mioyo yao na kuishi maisha yenye malengo?Mualike Mnenaji kutoka Forge kwenye tukio lako linalofuata!

PROGRAM YA FORGE YA KUONGEZEA UWEZO WATU WA RIKA ZOTE
ForgeForward.org/Equipping

Program za Forge sio tu program za wakati wa majira ya joto za matukio ya kufundisha "kama kawaida." Forge Inawahamasisha na kuwajengea uwezo watu wa rika zote wawe wa tofauti, Watumishi wa kudumu katika ufalme katika maisha yao ya kila siku wanapokuwa.

VITABU VYA FORGE & NYENZO
ForgeForward.org/Resources

Unatafuta uhusiano wa kina na Mungu kwa njia za vitendo kuongeza mabadiliko ya Kifalme katika maisha yako. Forge ina nyenzo unazohitaji.

JIUNGE KATIKA HARAKATI YA MAONGEZEKO

MultiplyingMovements.com

Mahali ambapo wafuasi kila siku husababisha maongezeko katika Ufalme.

VIDEO ZA FORGE

Jisajili bure upate video kwa Youtube.com/ForgeForward

FORGE PODCAST

FuelForTheHarvest.com

JUMBE ZA KILA SIKU ZA FORGE

Changanua msimbo wa QR ili ujiunge na Spark of the Day
Ibada za kila siku za sentensi moja.

UNAHITAJI MAOMBI?

Email us at Prayer@ForgeForward.org

WASILIANA NASI

FORGE

14485 E. Evans Ave.

Denver, Colorado 80014

303.745.8191

info@forgefoward.org

UJUMBE WETU KWAKO

Mpendwa Rafiki,

Tunayo furaha kuwa unamtafuta Mungu na njia za kukusaidia kukua katika imani yako. Dondoo hizi zimetusaidia sisi kuwa imara katika imani yetu, na tunataka kukupatia nawe pia. Tunatumaini zitakusaidia katika kukupa uhusiano imara wa maisha na Yesu.

Tutatamani kusikia kutoka kwako! Tafadhali tueleze jinsi kitabu hiki kilivyoyabadili maisha yako na namna tunavyoweza kukuombea. Unaweza kuwasiliana nasi kupitia Tovuti yetu *ForgeForward.org* na utueleze jinsi mambo yanavyoendelea.

Katika Kristo,

Wasemaji na Watumishi wa Forge